माझ्या सर्व आकांक्षांची पूर्ती करण्यासाठी
माझ्या पंखांत बळ देणारे
माझे पिताश्री स्वर्गीय रमणलाल काशिदास गांधी आणि
मातोश्री स्वर्गीय उषा रमणलाल गांधी...

तसेच माझ्या आकांक्षांना नेहमीच बरोबरीने साथ देणारी
माझी पत्नी सौ. समिधा....

आणि नव्या युगाची आकांक्षा बाळगणारी
माझी दोन्ही मुले जय आणि यश....
यांना हे पुस्तक समर्पित !

दोन शब्द !

सौ. समिधा आणि डॉ. संजय

माझे पती डॉ. संजय गांधी यांनी लिहिलेले *आकांक्षा नव्या युगाची* हे पुस्तक आमच्या आजवरच्या व्यावसायिक जीवनाचा सांगोपांग आढावा घेणारी कथा आहे. एका परीने आत्मकथाच म्हणता येईल. माझे बालपण कोकणातल्या खेड्यात गेले. विवाहानंतर संजय यांच्याबरोबरच पुण्यात आले तेव्हा अनेक स्वप्ने मनात होती. व्यवसायातल्या सुरुवातीच्या खडतर वाटचालीनंतर अनेक चढउतार आणि वळणे घेत आम्ही जोडीने एकमेकांना साथ देत हा व्यवसाय उभा केला आहे. या काळातील अनेक अनुभव आणि महत्त्वाचे म्हणजे संजय यांचा सकारात्मक दृष्टिकोन नव्या पिढीतील युवकांना नक्कीच मार्गदर्शक ठरेल. एस्पायर नॉलेज अँड स्किल्स प्रा.लि.च्या माध्यमातून आम्ही विद्यार्थ्यांमध्ये उद्योजकता, रोजगार क्षमता निर्माण करून देशाचा शाश्वत विकास साधण्यासाठी कटिबद्ध आहोत.

– सौ. समिधा संजय गांधी
संचालक, एस्पायर नॉलेज अँड स्किल्स प्रा. लि.

भारतातील पहिल्या 'Astore' या ऑक्शन स्टोअरच्या माध्यमातून
शाश्वत विकास, स्वयंरोजगार आणि उद्योजकतेची त्रिसूत्री प्रत्यक्षात आणणाऱ्या
एस्पायर नॉलेज अँड स्किल्स प्रा. लि. चे अध्यक्ष
डॉ. संजय गांधी यांचे प्रेरणादायी कृतिशील जीवन

आकांक्षा
नव्या युगाची

डॉ. संजय गांधी

सकाळ प्रकाशन

సకాళ ప్రకాశన్

Akanksa Navya Yugachi
© Dr. Sanjay Gandhi, 2024

आकांक्षा नव्या युगाची
© डॉ. संजय गांधी, २०२४

प्रथम आवृत्ती	:	नोव्हेंबर २०२४
प्रकाशक	:	सकाळ मीडिया प्रा. लि.
		५९५, बुधवार पेठ, पुणे ४११ ००२
शब्दांकन	:	प्रसाद मिरासदार
मुखपृष्ठ आणि मांडणी	:	मधुमिता शिंदे
मुद्रणस्थळ	:	विकास प्रिंटिंग ॲण्ड कॅरिअर्स प्रा. लि.
		प्लॉट नं. ३२, एमआयडीसी, सातपूर, नाशिक
ISBN	:	978-93-48048-98-1
संपर्क	:	०२०-२४४० ५६७८ / ८८८८८ ४९०५०
		sakalprakashan@esakal.com

मनोगत

सावित्रीबाई फुले पुणे विद्यापीठाच्या आवारात मुख्य दरवाजाने तुम्ही आत शिरलात की हवेत अचानक प्रसन्नता जाणवू लागते. विद्यापीठ चौकातल्या ट्रॅफिकच्या गदारोळात वैतागलेलं मन दरवाजातून आत शिरताच दिसणाऱ्या हिरव्यागार झाडीने शांत होतं.

उजवीकडच्या रस्त्याने एखादा किलोमीटर अंतर गेलं की डावीकडे रिसर्च पार्क फाउंडेशनची मुख्य इमारत आहे. विद्यापीठातील अन्य इमारतींमध्ये ही इमारत तिच्या रचनेमुळे उठून दिसते.

दरवाजातून आत शिरताच मोकळेपणाने वावरता येईल अशा गोलाकार खुल्या प्रांगणातून आपण आत जातो. डावीकडील जिन्यातून वरच्या मजल्यावर जाता येतं. समोरच्या पायऱ्या उतरून गेलं की डावीकडे आणि उजवीकडे कार्यालयं आणि नवउद्योजकांच्या प्रयोगशाळा, वरच्या मजल्यावरही विविध स्टार्टअप्सची कार्यालयं, अद्ययावत दृक्श्राव्य स्टुडिओ, प्रशिक्षणासाठी अद्ययावत क्लासरूम्स दिसतात. इमारतीच्या दुसऱ्या भागात C4i4 म्हणजे सेंटर फॉर इंडस्ट्री 4.0 ची अद्ययावत प्रयोगशाळा आहे. आधुनिक डिजिटल युगात इंडस्ट्रीने कसं बदललं पाहिजे याचं प्रारूप इथे उभं केलं आहे; आणि त्याबद्दलच्या प्रशिक्षणविषयक कार्यशाळा इथे सातत्याने चालू असतात.

या रिसर्च पार्क फाउंडेशनच्या इमारतीचं उद्घाटन भारताचे पंतप्रधान नरेंद्र मोदी यांच्या हस्ते झालं. हे रिसर्च पार्क म्हणजे एक अद्ययावत इनक्युबेशन सेंटर आहे.

पुणे विद्यापीठातील अनेक विद्यार्थी आपल्या संशोधनावर आधारित व्यावसायिक संकल्पना इथे घेऊन येतात; विषयतज्ज्ञ आणि अनुभवी उद्योजकांसमोर त्या मांडल्या जातात. त्यांच्यातून निवड झालेल्या स्टार्टअप कंपन्यांना बिझनेस प्लॅन बनवण्यापासून विक्री व्यवस्थापनापर्यंत सर्व मार्गदर्शन केलं जातं. बीज संकल्पनेपासून व्यवसाय प्रत्यक्ष उभा राहण्यापर्यंत मदत करण्याच्या या प्रक्रियेला इनक्युबेशन म्हणतात. पुणे विद्यापीठातील संशोधनावर आधारित उद्योजकता विकसित करून नव्या संकल्पनांवर आधारित स्टार्टअप्सना इथे इनक्युबेट केलं जातं.

याच इमारतीमध्ये आत शिरल्याबरोबर डावीकडे तुम्हांला आमच्या 'एस्पायर नॉलेज अँड स्किल्स कंपनी'चं 'ए-स्टोअर' साकारलेलं दिसेल. रिसर्च पार्कमध्ये स्टार्टअप म्हणून रजिस्टर करून ए-स्टोअरच्या पहिल्या अभिनव ऑक्शन स्टोअरचं उद्घाटन डॉ. डी. व्ही. जाधव, उपसंचालक, तंत्रशिक्षण, पुणे विभाग, महाराष्ट्र राज्य आणि सावित्रीबाई फुले पुणे विद्यापीठाच्या रिसर्च पार्क फाउंडेशनचे मुख्य कार्यकारी अधिकारी डॉ. अरविंद शाळीग्राम यांच्या हस्ते झालं, हा माझ्यासाठी खूप मोठा बहुमानाचा क्षण होता.

त्या उद्घाटन समारंभासाठी पुण्याच्या उद्योग आणि शिक्षणक्षेत्रातील अनेक मान्यवर उपस्थित होते. अनेकांनी अशा स्वरूपाचं ए-स्टोअर आपल्याही संस्थेत असावं अशी अपेक्षा व्यक्त केली, त्याप्रमाणे पुणे विद्यार्थी गृहाच्या सदाशिव पेठेतील लोकमान्य विद्यालयात याच स्वरूपाची ए-स्टोअर प्रयोगशाळा उभारण्यात आली. पुणे विद्यार्थी गृहातील विद्यार्थी या प्रयोगशाळेत मोबाईल दुरुस्ती करणे शिकू लागले आणि महाविद्यालयीन जीवनातच त्यांना स्वयंरोजगारासाठीचा मार्ग उपलब्ध झाला.

पुणे विद्यार्थी गृहामध्ये मोबाईल दुरुस्ती प्रयोगशाळा उभारताना त्यामागची कल्पना अशी होती की, हे विद्यार्थी शिक्षण संपलं की लगेच कोणत्याही मोबाईल विक्री व दुरुस्ती दुकानात कामाला लागतील किंवा स्वतःचं दुकान सुरू करू शकतील. आज कोणत्याही गावात किंवा वस्तीत गेलात तर सर्वांत जास्त दुकानं मोबाईलची आढळतात; कारण तिथेच तरुण मुलांना स्वयंरोजगार मिळतो. पण हा उद्योग असंघटित असल्याने त्याचा हवा तसा फायदा या क्षेत्रात काम करणाऱ्यांना मिळत नाही; तसेच या तरुणांना तितकीशी प्रतिष्ठाही मिळत नाही. त्यामुळे ही

प्रतिष्ठा मिळवून देण्यासाठी शैक्षणिक संस्थांनी, विद्यापीठांनी तसेच मोबाईल क्षेत्रातील मोठ्या कंपन्यांनी पुढाकार घेतला पाहिजे असं मला वाटलं व त्यानुसार मी प्रयत्न करायला सुरुवात केली.

ज्याप्रमाणे ही संकल्पना रुजवण्यासाठी शिक्षणसंस्थांनी पुढाकार घेतला, त्याचप्रमाणे खासगी उद्योगांनीही या ए-स्टोअर या संकल्पनेला प्रतिसाद दिला. खासगी जागेत ए-स्टोअर कसं चालतं, हे पाहण्यासाठी पुण्याच्या हडपसर येथे मेगासेंटर, मगरपट्ट्यामध्ये ए-स्टोअर हे मल्टिब्रँड मोबाईल रिपेअर सेंटर सुरू केलं. या सेंटरचं उद्घाटन मगरपट्टा सिटी संकल्पनेचे जनक प्रसिद्ध उद्योजक सतीश मगर यांनी केलं. त्या वेळी बोलताना त्यांनी मोबाईल उद्योग किती मोठ्या प्रमाणात वाढतो आहे आणि डेटा प्रोटेक्शनची खात्री देणाऱ्या मोबाईल रिपेअर ब्रँडची किती मोठी गरज आहे याची जाणीव करून दिली. या क्षेत्रात छोट्या (नॅनो) उद्योजकांना मोठी संधी आहे, हेही त्यांनी सांगितलं.

या दोन्ही ए-स्टोअर्सचं उद्घाटन करताना आपण आपल्या जीवनातल्या एका वेगळ्या पर्वाची सुरुवात करतोय अशी भावना माझ्या मनात होती. कारण बऱ्याच दिवसांपासून ज्या शाश्वत विकास आणि राइट टू रिपेयर या विषयावर मी काम करत होतो, त्याचं मूर्त रूप मला या निमित्ताने मेगा सेंटर आणि रिसर्च पार्क फाउंडेशनच्या इमारतीत पाहायला मिळत होतं. त्याच वेळी मी ठरवलं की आता मागे वळून पाहायचं नाही तर शाळा, महाविद्यालये, इन्स्टिट्यूट्स, खासगी किंवा सार्वजनिक संस्थांच्या आवारात ए-स्टोअर्स सुरू करायची, तसेच फिरतं 'रिपेअर ऑन व्हिल रिक्षा' सुरू करून स्वयंरोजगार आणि शाश्वत विकासासाठी लोकांमध्ये ई-कचरा व्यवस्थापन आणि दुरुस्तीच्या हक्काबद्दलच्या जागरूकतेसाठी सर्वार्थाने प्रयत्न करायचे! याच प्रयत्नाचे एक मूर्त स्वरूप म्हणजे हे पुस्तक आहे, असं मला वाटतं.

भारताचे पंतप्रधान नरेंद्र मोदी १ ऑक्टोबर २०२२ रोजी यांनी 5G मोबाईल सेवेचे औपचारिक लाँचिंग केले. या निमित्ताने इलेक्ट्रॉनिक क्षेत्रातले सर्व मान्यवर एकत्र जमले होते. दिल्लीतील प्रगती मैदान इथे झालेल्या इंडियन मोबाईल कॉन्फरन्समध्ये हा भव्यदिव्य कार्यक्रम झाला. या निमित्ताने भरवलेल्या प्रदर्शनात एस्पायर नॉलेज अँड स्किल्स प्रा. लि. मार्फत ए-स्टोअरची संकल्पना मी सर्वात प्रथम मांडली.

या 5Gच्या उद्घाटनप्रसंगी मला कळून चुकले होते की यापुढे मोबाईलचा वेग इतका वाढणार आहे की त्यावरच सर्व सेवा मिळू लागतील. मोबाईल हा प्रत्येकाच्या जीवनाचा अविभाज्य भाग बनेल. त्यामुळे हे गृहीत धरूनच आपल्याला लोकांसमोर नवी संकल्पना मांडावी लागेल. आजपर्यंतच्या कारकिर्दीत मी कायम नवे तंत्रज्ञान, उद्योजकता, विद्यार्थ्यांमधील रोजगारसंधी (Employability) वाढावी या दृष्टीने काम करत आहे. त्याच अनुषंगाने मी ए-स्टोअर ही संकल्पना मांडली. अशा मेगा प्रदर्शनात जेव्हा तुम्ही एखादी संकल्पना लोकांसमोर मांडता, तेव्हा कमीत कमी कालावधीत समाजातील सर्व स्तरातील लोकांपर्यंत पोहोचण्याची संधी मिळते. शासन, राजकारणी, समाजकारणी, उद्योजक, माध्यमे, विविध संस्था आणि प्रामुख्याने सर्वसामान्य ग्राहक तुमच्या संकल्पनेला कसा प्रतिसाद देतो, कोणते प्रश्न विचारतो, आपण मांडलेल्या वस्तू किंवा सेवेची त्याला खरोखरच गरज वाटते की नाही, या सर्व प्रश्नांची उत्तरे मिळतात. अनेक मोठ्या व्यक्तींशी व्यक्तिगत पातळीवर चर्चा करण्याची संधी अशा प्रदर्शनात मिळते. आपलीच संकल्पना पुन्हा पुन्हा तपासून पाहता येते. अनेक जण खूप चांगल्या कल्पना सुचवतात, ज्यामुळे आपल्या वस्तू व सेवा अधिक उत्तम बनवण्यास मदत होते.

या इंडियन मोबाईल कॉन्फरन्समध्ये ए-स्टोअरच्या निमित्ताने दोन कल्पना प्रामुख्याने सर्वांसमोर ठेवल्या. त्या म्हणजे मोबाईल रिपेअर स्टोअरच्या निमित्ताने नॅनो आंत्रप्रेन्युअर्स गावागावांत उभे करता येतील आणि शाश्वत विकासासाठी रिपेअरिंग हा एक महत्त्वाचा मुद्दा ठरेल.

दिल्लीतील या प्रदर्शनाच्या निमित्ताने मला हे पाहायचे होते की एखाद्या नव्या संकल्पनेचा सर्वसामान्य लोक किती प्रमाणात स्वीकार करतात. या प्रदर्शनातील आमच्या स्टॉलला अनेक मोठ्या व्यक्तींनी भेट दिली. त्यामध्ये मिनिस्ट्री ऑफ स्किल डेव्हलपमेंट अँड आंत्रप्रेन्युअरशिप (MSDE) चे सेक्रेटरी अतुल तिवारी, 'जिओ'चे आकाश अंबानी, सेल्युलर ऑपरेटर्स असोसिएशन ऑफ इंडियाचे लेफ्टनंट जनरल कोचर, नॅशनल कौन्सिल फॉर व्होकेशनल एज्युकेशन अँड ट्रेनिंग (NCVET) चे डायरेक्टर जनरल डॉ. निर्मलजितसिंग कलसी, टेलिकॉम सेक्टर कौन्सिलचे मुख्य कार्यकारी अधिकारी अरविंद बाली यांचा नामोल्लेख महत्त्वाचा आहे.

हे सगळे आपापल्या क्षेत्रातले दिग्गज लोक होते. त्यांनी आमच्या स्टॉलला भेट दिल्यानंतर असं मत व्यक्त केलं की, या संपूर्ण मोबाईल कॉन्फरन्सच्या निमित्ताने भरलेल्या या प्रदर्शनात फक्त एकच अशी व्यक्ती होती, जी नॅनो आंत्रप्रेन्युअरसाठी विचार करतेय, बेरोजगारी कमी करण्याकरता सर्वसामान्य तरुणांना या बदलत्या तंत्रज्ञानाच्या जगात सहभागी करून घेण्याकरता प्रयत्न करते आहे. या सर्व मान्यवरांनी जी काही आपली मतं मांडली, त्यात देशाचे सकल राष्ट्रीय उत्पन्न (जीडीपी – GDP) वाढलं पण माणसाचा विकास झाला का?, हा महत्त्वाचा विचार होता. भारताला आता सर्वसमावेशक वाढ (Inclusive Growth) हवी आहे व त्यासाठी नॅनो आंत्रप्रेन्युअरचा हा विचार फार महत्त्वाचा आहे. या सर्वांचे विचार ऐकून आपण योग्य दिशेने विचार करतो आहोत याची खात्री पटली.

या प्रदर्शनात, शाळा, महाविद्यालयांतील विद्यार्थी आणि सर्वसामान्य नागरिकांनीही उत्सुकतेने चौकशी केली. या सर्वांनाच 'राईट टू रिपेअर' असा काही नागरिकांचा हक्क असतो हेच माहिती नव्हते, त्याबद्दल जगभर असलेल्या कायद्यांची माहिती असणे तर दूरच राहिले. या प्रदर्शनाच्या निमित्ताने राष्ट्रीय पातळीवर राईट टू रिपेअरची संकल्पना मांडली गेली आणि त्याबद्दल चर्चा सुरू झाली. प्रसिद्धी माध्यमांतील अनेकांनी या प्रदर्शनाची दखल घेतली आणि त्यांच्या बातमीपत्रात माझे वर्णन 'राईट टू रिपेअरचा प्रचारक' म्हणून होऊ लागले. दलित इंडियन चेंबर ऑफ कॉमर्स अँड इंडस्ट्रीचे (DICCI) अध्यक्ष पद्म श्री डॉ. मिलिंद कांबळे यांनाही ही संकल्पना आवडल्यामुळे त्यांनी नंतर आपल्या संस्थेच्या माध्यमातून विविध शहरांमध्ये या संकल्पनेचा प्रचार केला. उत्तर भारत, बिहार आदी राज्यांत विविध ठिकाणी झालेल्या प्रदर्शनात ए-स्टोअरच्या स्टॉल्सना जागा देऊन त्यांनी नागरिकांमध्ये जागरूकता आणण्यासाठी प्रयत्न केले.

दिल्लीतील या प्रदर्शनामुळे आणि तिथे सामान्य नागरिक आणि मान्यवरांशी झालेल्या चर्चांमुळे माझा आत्मविश्वास वाढला. शाश्वत विकास हा विषय आणि त्यातही राईट टू रिपेअर आणि ई-कचरा व्यवस्थापन हे मुद्दे घेऊनच या पुढील काळात काम करण्याचे मी ठरवलं आणि पुण्यात आल्यावर ए-स्टोअरची संकल्पना मूर्त स्वरूपात आणण्याचं नक्की केलं.

आज जेव्हा विद्यापीठात आणि मेगा सेंटरमध्ये प्रत्यक्ष ए-स्टोअरचं कामकाज सुरू झालं, तेव्हा कुठे अनेकांना मी काय म्हणत होतो त्याचं दृश्य स्वरूप दिसलं.

तरीही अनेकांच्या मनात संभ्रम होता. ए-स्टोअरमध्ये नवीन काय आहे? हे तर एक नेहमीसारखंच मोबाईल विक्री आणि दुरुस्तीचं दुकान आहे, अशी टीकाही अनेकांनी केली; पण ए-स्टोअरची संकल्पना ही तात्कालिक नाही तर भविष्याचा विचार करणारी आहे, तसेच या देशातील तरुणांच्या भवितव्याचाही विचार करणारी आहे हे जाणवलं.

ए-स्टोअरद्वारे मी काय करतो आहे, हे समजून घेण्यासाठी यामागची वैचारिक प्रक्रिया समजून घेण्याची गरज आहे. फक्त एखाद्या माहितीपत्रकातून ती समजणार नाही तर त्यासाठी आपले विचार तपशिलात मांडण्यासाठी एखादं पुस्तक लिहावं ही कल्पना पुढे आली. आजपर्यंत मी केलेल्या अनेक यशस्वी व्यवसायांनंतर मी या ए-स्टोअर संकल्पनेचा पाठपुरावा का करतो आहे, आज शाश्वत विकासाची गरज इतक्या मोठ्या प्रमाणावर का निर्माण झाली आहे, या सर्व प्रश्नांची उत्तरं सखोल चिंतनातून देता यावीत यासाठी हे लेखन करावं असं मी ठरवलं. ए-स्टोअरची संकल्पना नेमकी काय आहे, आणि शाश्वत विकासासाठी या ए-स्टोअरचा कसा उपयोग होणार आहे, याबद्दल आपले विचार विस्तृतपणे मांडण्यासाठीच हे लेखन आहे. त्यामुळे हे पुस्तक वाचल्यानंतर शाश्वत विकासाच्या कामात जास्तीत जास्त लोक सहभागी होतील अशी आशा मला वाटते.

ए-स्टोअर अर्थात ऑक्शन स्टोअर ही कल्पना समजून घेण्याकरता आपल्याला हे मान्य केलं पाहिजे की आजवरच्या मानवी इतिहासातलं पृथ्वीवरचं सर्वांत मोठं संकट आपल्यापुढे आव्हान म्हणून उभं ठाकलं आहे. वेगाने होणारा निसर्गाचा विनाश आणि हवामान बदलामुळे मानवाच्या अस्तित्वावरच निर्माण झालेलं प्रश्नचिन्ह हे तातडीने सोडवायचे प्रश्न आहेत, हे सर्वांनीच मान्य केलं आहे.

या सर्व समस्यांबद्दल लहानपणापासूनच माझ्या मनात अनेक विचार सुप्तावस्थेत होते. माझा जन्म महाराष्ट्रातल्या कोकणातल्या महाडजवळच्या गोरेगाव या अतिशय निसर्गसंपन्न अशा गावात झाला. माझं प्राथमिक शिक्षणही या गावात झालं. नंतर इंजिनिअरिंगच्या शिक्षणाच्या निमित्ताने पुण्यात आलो. विद्यार्थी म्हणून शिकत असताना १९९०नंतर पुण्याचं शहरीकरण झपाट्याने होताना दिसत होतं. त्याच वेळी वाढत्या वाहतुकीमुळे निर्माण झालेले प्रदूषणाचे प्रश्न जाणवत होते. व्यवसायात स्वतःला झोकून दिल्यानंतर जेटकिंगच्या निमित्ताने माझा अनेक विद्यार्थ्यांशी संबंध आला. हार्डवेअर इंजिनिअर्स घडवण्याचं काम मी करत

असल्याने नोकऱ्यांची बाजारपेठ आणि सेवा आणि दुरुस्ती क्षेत्रांतील मनुष्यबळाची गरज या दोन्हीची सांगड घालण्याची संधी मला मिळाली. एक लाखांहून अधिक विद्यार्थी या कालावधीत जेटकिंगमधून घडले. या काळातील अनेक विद्यार्थी आता विविध कंपन्यांमध्ये, मोठमोठ्या संस्थांमध्ये कार्यरत आहेत. कुठेही भेटले की ते आदराने सामोरे येतात आणि आपल्या देशासमोरच्या विविध समस्यांवर आवर्जून चर्चा करतात.

सर्व काही ठीक चाललं आहे, असं वाटत असतानाच २०२०मध्ये कोरोनाचं जागतिक संकट आलं आणि सर्व काही बदललं. कोरोनाच्या संकटाने सर्वांनाच ग्रासलं होतं. या कोरोना महामारीमुळे निसर्गसंरक्षणाचं महत्त्व संपूर्ण मानव जातीला पटलं. शाश्वत विकासाच्या संकल्पनेची चर्चा जगभर होऊ लागली. आता नाही तर कधीच नाही अशी अवस्था निर्माण झाली. याच सुमारास माझाही शाश्वत विकास आणि दुरुस्ती सेवेच्या क्षेत्रात काही नवीन करावं, असा विचार सुरू झाला. अनेक मित्रांशी आणि सहकाऱ्यांशी चर्चा करताना ही ए-स्टोअरची संकल्पना सुचली आणि त्या निमित्ताने शाश्वत विकासासाठी महाविद्यालयीन युवकांच्या जीवनात प्रत्यक्षात काय करता येईल, याचा आराखडा तयार झाला.

कोणतीही चळवळ लोकसहभागातून निर्माण होते. लोकांपर्यंत पोहोचण्यासाठी माध्यमाची गरज असते. समक्ष भेटीगाठी, चर्चा, परिसंवाद या माध्यमातून मी 'राईट टू रिपेअर' आणि 'सस्टेनिबिलिटी' या दोन्ही समस्या सतत मांडत होतोच. महाविद्यालयीन जीवनापासून ते माझ्या आजवरच्या व्यावसायिक जीवनापर्यंत मी एक गोष्ट सातत्याने केली. ती म्हणजे मी शिक्षणक्षेत्रात काम करत असतानाच रोजगारवाढीसाठी प्रयत्न केले. विद्यार्थ्यांमध्ये कौशल्यांचा विकास व्हावा हे एकच ध्येय ठेवून सातत्याने काम केलं. त्यासाठी प्रसंगी पदरमोड करून अनेक प्रयोग केले. माझ्याकडे येणाऱ्या विद्यार्थ्यांमधील कौशल्यं ओळखून त्यांना योग्य ते प्रशिक्षण व मार्गदर्शन दिलं. यानंतर जेव्हा त्यांना नोकरी लागते किंवा ते स्वतःचा उद्योग सुरू करतात, तेव्हा मला सर्वांत जास्त आनंद मिळतो हे माझ्या लक्षात आलं आहे. त्यामुळे मी माझ्या कार्याची त्रिसूत्री म्हणून रोजगारनिर्मिती, उद्योजकता विकास आणि शाश्वत विकास अशी मांडणी करतो. याच दृष्टीने मी 'एस्पायर नॉलेज अँड स्किल्स प्रा. लि.'ची स्थापना केली. आणि या कंपनीच्या माध्यमातून ज्या नवनवीन संकल्पना राबवण्यात येणार आहेत, त्यातील एक ए-स्टोअर ही

संकल्पना, माझे विचार आणि प्रयत्न अधिकाधिक लोकांपर्यंत पोहोचवण्यासाठी हे पुस्तक लिहावं असं जाणवलं आणि त्यातून हा लेखनप्रपंच घडला आहे.

बेरोजगारी आणि शाश्वत विकास या दोन्ही समस्या प्रचंड मोठ्या आहेत याची मला जाणीव आहे, पण कुणी तरी, कुठे तरी लहानशी सुरुवात केली पाहिजे, या विचाराने एस्पायर कंपनी आणि ए-स्टोअरच्या माध्यमातून मी हा खारीचा वाटा उचलण्याचा प्रयत्न करतो आहे. आपल्याला हा प्रयत्न कसा वाटला ते आपला अभिप्राय देऊन मला नक्की कळवा आणि एस्पायर नॉलेज अँड स्किल्स तसेच ए-स्टोअरच्या माध्यमातून आपल्याला आणखी काय करता येईल, याबद्दलही बहुमूल्य सूचना दिल्यास आम्ही आनंदाने त्याचे स्वागत करू.

आकांक्षा – ए-स्टोअर – आकांक्षा नव्या युगाची या पुस्तकाच्या निर्मितीसाठी अनेक ज्ञात आणि अज्ञात व्यक्तींनी सहकार्य केले. त्यांच्या सहयोगानेच हे पुस्तक प्रत्यक्षात येत आहे. या सर्व व्यक्तींचा मी मनापासून आभारी आहे. धन्यवाद!

आपला विश्वासू

– डॉ. संजय गांधी

अध्यक्ष व व्यवस्थापकीय संचालक

एस्पायर नॉलेज अँड स्किल्स इंडिया प्रा.लि.

अनुक्रमणिका

विभाग १

बीज अंकुरे अंकुरे...

स्वप्नं ती नसतात जी तुम्हांला झोपल्यावर पडतात,
स्वप्नं ती असतात जी तुम्हांला झोपू देत नाहीत
– ए. पी. जे. अब्दुल कलाम

प्रख्यात इतिहासकार पद्म विभूषण स्व. बाबासाहेब पुरंदरे आणि
शाळेपासूनचा मित्र, अभिनेता पद्म श्री मनोज जोशी

बालपणातील शाश्वत संस्कार

व्यावसायिकाच्या घरात जन्म घेण्याचा एक नक्कीच फायदा असतो तो म्हणजे लहानपणापासून आसपास सतत नफ्या-तोट्याच्या गोष्टी चालू असल्याने आपल्याही नकळत आपण व्यवसाय शिकतो.

भारतातील बेकारी आणि पर्यावरण या दोन समस्यांचा विचार करताना सातत्याने लक्षात येतं की ह्या दोन्ही समस्यांवर कायमस्वरूपी उपाय शोधायचा असेल तर आपला दृष्टिकोन बदलला पाहिजे. म्हणजे भारतातील प्रदूषणाची समस्या किंवा पर्यावरण-रक्षणाच्या समस्या सोडवण्यासाठी बेकारीच्या समस्येचाच हत्यार म्हणून वापर केला आणि बेरोजगारांना योग्य ते कौशल्य प्रशिक्षण देऊन शाश्वत विकासासाठी प्रयत्न केले, तर या दोन्ही समस्या सुटू शकतील. अनेक वर्ष विद्यार्थ्यांमध्ये वावरल्याने माझ्या लक्षात आलं की युवकांना शाश्वत विकासासाठी प्रेरित करायचं असेल तर त्यांना उत्पन्नाचं साधनही याच कामातून मिळालं पाहिजे. सरकारी किंवा खासगी नोकऱ्या निर्मितीला मर्यादा आहेत, पण स्वयंरोजगार आणि उद्योजकतेला नाहीत. त्यामुळे छोटे उद्योजक किंवा नॅनो आंत्रप्रेन्युअर्सच्या कौशल्य विकासावर भर दिला पाहिजे, असं मला मनापासून वाटतं. त्यामुळेच दिल्लीतील मोबाईल कॉन्फरन्समधील प्रदर्शनात मांडलेल्या स्टॉलवर मोबाईल रिपेअरिंगच्या व्यवसायातून नॅनो आंत्रप्रेन्युअर्स म्हणजे खूप कमी भांडवलात प्रामुख्याने आपल्या

कौशल्याच्या जोरावर काम करणारे लघुपेक्षाही लहान उद्योजक निर्माण करण्यावर भर दिला होता. याच वेळी मी प्रामुख्याने 'राईट टू रिपेअर' या विषयावर बोलत होतो. त्यामुळे या प्रदर्शनानंतर माझी प्रसिद्धी इलेक्ट्रॉनिक वर्तुळात 'राईट टू रिपेअर मॅन' अशी होऊ लागली. त्यामुळे मी अधिक गांभीर्याने या विषयाचा अभ्यास करू लागलो आणि त्यातून या विषयाचे अनेक आयाम मला दिसू लागले.

पण याचं खरं बीज माझ्या मनात लहानपणी शालेय जीवनातच पडलं होतं, हे माझ्या अचानक लक्षात आलं.

राईट टू रिपेअर किंवा दुरुस्तीचा हक्क हा विषय निघाला की मला माझ्या लहानपणी शाळेत एका वक्त्याने सांगितलेली गोष्ट नेहमी आठवते. या वक्त्याचं नाव आता आठवत नाही, पण आमच्या शाळेत नेहमीच पुण्या-मुंबईकडून आलेल्या लेखक, कवी व नामवंत वक्त्यांना मुलांसमोर बोलायला सांगितलं जायचं. बरेच जण मुलांना गोष्टी सांगायचे, त्यातल्या बऱ्याचशा उद्बोधकही असायच्या.

एका कार्यक्रमातील एका वक्त्याने आपल्या हातातली छत्री उंचावून सर्वांना दाखवली आणि तो म्हणाला, "मुलांनो, मला सांगा, ही छत्री मी किती वर्षं वापरत असेन?"

छत्री तर नव्यासारखीच दिसत होती त्यामुळे आमच्या वर्गातला माझा मित्र मोठ्याने ओरडला, "ही छत्री जुनी कुठंय, ही तर नवीच आहे! आजच विकत घेतली वाटतं?"

त्याच्या या प्रश्नावर सगळी मुलं हसायला लागली. तसा तो वक्ता म्हणाला, "नाही! ही छत्री आम्ही गेली पन्नास वर्षं वापरतो आहे! माझ्या वडिलांनी ती मुंबईत फोर्टमध्ये आपल्या भारताला स्वातंत्र्य मिळायच्या आधी विकत घेतली होती आणि आजही मी ती वापरतो आहे. उद्या कदाचित माझा मुलगा वापरेल!"

आम्हांला तो विनोदच वाटला.

सगळे पुन्हा हसायला लागले तसा तो वक्ता म्हणाला, "हे पाहा, या छत्रीचं कापड नवं कोरं दिसतं आहे; कारण ते मी कालच इथे येण्यापूर्वी बदललं. हे हँडल गेल्या वर्षी बदललं. या काड्या पाच वर्षांपूर्वी बदलल्या. त्या आधी वडिलांनी आणि मी पण मोडलेल्या

काड्या अनेकदा दुरुस्त केल्या. पण छत्री तीच राहिली. या छत्रीचे सर्व पार्ट कधी ना कधी बदललेले आहेत; पण ती छत्री नवी घेतली नव्हती. पावसाळा संपला की कधी काठी म्हणून तर कधी उन्हाळ्यात ऊन लागू नये म्हणून वापरतो. ही छत्री गेली पन्नास वर्षं आम्हांला साथ देते आहे. गेल्या पन्नास वर्षांत अनेकदा ही छत्री कुणाकडे तरी विसरली, कधी हरवली; पण पुन्हा सापडली, इतकी ती गावातल्या प्रत्येकाच्या ओळखीची झाली आहे. आहे की नाही जादूची छत्री?"

यावर एकाने विचारलं, "तुम्ही या छत्रीचं सगळं काही बदललं, मग ती जुनी कुठे झाली? नवीनच झाली!"

त्यावर तो वक्ता हसून म्हणाला, "बरोबर, मला तुम्हांला हेच सांगायचं आहे की ही छत्री जुनीच आहे कारण आम्ही नवी छत्री विकत घेतली नाही तर जुनीच छत्री सतत दुरुस्त करत राहिलो. दर वेळी वेगवेगळे पार्ट बदलत गेलो तरी त्या छत्रीचं स्वरूप तेच राहिलं. त्याचप्रमाणे आपल्या व्यक्तिमत्त्वाचंही असतं. जसजसं वय वाढतं, तसतसं आपण बदलत असतो. जुन्या पेशी नष्ट होऊन नव्या तयार होतात, नवीन गोष्टी शिकल्याने आपल्या वागण्याबोलण्यात, पेहरावात आणि राहण्यात फरक होतो, आपली परिस्थिती, आपले अनुभव बदलतात त्याप्रमाणे आपले विचार बदलतात; पण तरीही आपण तेच असतो. आपलं नावही तेच राहतं! ज्याप्रमाणे आम्ही ही छत्री सतत दुरुस्त करून आज पन्नास वर्षांनंतरही नव्यासारखी ठेवली, त्याचप्रमाणे आपणही स्वतःला काळानुरूप सतत बदलत ताजंतवानं ठेवलं पाहिजे, काळाप्रमाणे बदललं पाहिजे. सतत नवनवं शिकत राहिलं पाहिजे. आपण तेच जुने असू पण आपल्याला जवळून पाहणाऱ्यांना आपण रोजच नवे वाटत जाऊ...!"

लहानपणी ऐकलेल्या या गोष्टीचा माझ्या जीवनावर नकळत खूप परिणाम झाला. आजही जेव्हा मी रोज नव्यानव्या गोष्टी घडताना पाहतो, नवनवीन टेक्नॉलॉजी येताना पाहतो, तेव्हा मला लहानपणी ऐकलेली ही छत्रीची गोष्ट आठवते आणि मी स्वतःला काळाप्रमाणे तंदुरुस्त करायचं ठरवतो...! मला वाटते, राईट

टू रिपेअर संकल्पनेमागे माझा हा विचारच कारणीभूत असावा. निसर्ग, शाश्वत विकास आणि दुरुस्तीचा हक्क या विषयांना मी प्राधान्य का दिलं, याचा विचार करताना माझ्या डोळ्यांसमोर बालपणी ऐकलेली ही कथा आली आणि मी ठरवलं की आधी आपण लहानपणापासून कसे बदलत गेलो याची गोष्ट वाचकांना सांगावी, म्हणजे आपोआपच आपल्याला काय म्हणायचं आहे ते सगळ्यांना समजेल....!

माझा जन्म गोरेगाव या कोकणातल्या रायगड जिल्ह्यातील महाडजवळच्या गावातला. गोरेगाव हे मुंबई-गोवा महामार्गावरील माणगाव आणि महाडच्या मध्ये वसलेलं बाजारपेठेचं गाव आहे. गोरेगावची ऐतिहासिक पाश्र्वभूमी मोठी आहे. छत्रपती शिवाजी महाराजांनी स्थापन केलेला रायगड किल्ला इथून फक्त १८ कि.मी. अंतरावर आहे. एका बाजूला अभेद्य अशी पश्चिम घाटातील सह्याद्रीची डोंगररांग आणि दुसऱ्या बाजूला हरिहरेश्वर, श्रीवर्धन, दिवेआगरसारखी अरबी समुद्रकिनाऱ्यावरची ठिकाणं, यामुळे गोरेगावला निसर्गानं भरभरून समृद्धी दिली आहे, असं म्हणता येईल. अशा निसर्गसंपन्न वातावरणात माझं बालपण गेलं. त्यामुळे बालपणापासूनच आसपास हिरवाई पाहतच आम्ही मोठं झालो.

आमच्या गोरेगावची ऐतिहासिक, सांस्कृतिक आणि सामाजिक पाश्र्वभूमीही मोठी आहे. या गावातील मंदिरं आणि नगररचनेचा अभ्यास करणारे सांगतात की गोरेगाव बाजारपेठेचं अस्तित्व प्राचीन काळापासून आहे. कोकणातून सह्याद्री चढून पुण्याकडे जाण्यासाठी कुंभे घाट आणि देवघाट असे दोन प्रसिद्ध मार्ग होते. या मार्गावरची ही बाजारपेठ असल्यामुळे फार पूर्वीपासून इथे घोडेबाजार भरत असे. रायगडजवळून वाहणारी काळ नदी आणि घोड किंवा गोड नदीचा संगम या गावाजवळ होतो आणि नंतर ती सावित्री नदीला मिळते. त्यामुळे या नदीवरूनही गोरेगाव हे नाव पडलं असावं असा काहींचा कयास आहे. शिलाहार, चालुक्य किंवा चौल काळातही गोरेगावचा उल्लेख आढळतो. अशा एका ऐतिहासिक गावात माझं प्राथमिक शिक्षण झालं. ब्रिटिश काळातही या गावाची भरभराट झाली. १९३१च्या कुलाबा प्रांताच्या नोंदीत गोरेगाव हे भाताच्या व्यापाराचं मोठं केंद्र होतं, असा उल्लेख आहे.

गोरेगाव हे पहिल्यापासूनच व्यापाराचं केंद्र असल्याने हे जुन्या-नव्याचा संगम असणारं टुमदार गाव आहे. या गावाला सामाजिक पाश्र्वभूमीही आहे.

डॉ. बाबासाहेब आंबेडकरांनी ज्या चवदार तळ्याचं पाणी पिऊन सामाजिक परिवर्तनाची सुरुवात केली, ते महाडचं 'चवदार तळं' गोरेगावपासून जवळच आहे. त्याचप्रमाणे गोरेगावमधील प्रसिद्ध लेखक वामन मल्हार जोशी यांनी साहित्यक्षेत्रात मोठी प्रसिद्धी मिळवली आहे. त्यांच्या नावाने गावात 'ज्ञानविकास' हे ग्रंथालय चालवलं जातं; तर मी ज्या शाळेत शिकलो त्या ना. म. जोशी प्रशालेला ज्यांचं नाव दिलं आहे ते नारायण मल्हार जोशी भारत समाज सेवा सोसायटीचे सभासद आणि मोठे कामगार पुढारी होते. गोरेगावची ही समृद्ध परंपरा असल्याने नकळत माझ्या मनाला सांस्कृतिक, सामाजिक आणि शैक्षणिक अंगाने समाजातील प्रश्नांकडे पाहण्याची सवय लागली. बालपणी आम्ही अनेक मित्र गावातील मोफत वाचनालयात वृत्तपत्रं वाचत असू. पुढे मोठं झाल्यावर पुस्तकं व मासिकं वाचण्याची गोडी याच वाचनालयामुळे लागली. आपल्या गावाला डॉ. बाबासाहेब आंबेडकर आणि छत्रपती शिवरायांसारख्या महान व्यक्तिमत्त्वांचा आशीर्वाद आहे, याचा आम्हांला मोठा अभिमान वाटत आला आहे. कदाचित त्याचमुळे आपण समाजासाठी काही तरी वेगळं, समाज उभारणीसाठी पायाभूत ठरणारं काम केलं पाहिजे असं बालपणापासूनच मला वाटत आलं आहे.

छत्रपती शिवाजी महाराजांनी रायगड इथे राजधानी स्थापन केल्यानंतर गोरेगावचा विकास एक व्यापारी केंद्र म्हणून झाला. त्यांच्याच काळात आमच्या गांधी घराण्याचे लोक या गावात येऊन स्थायिक झाले, असं मानलं जातं. फार पूर्वींचं माहिती नाही, पण मला आठवतं ते माझ्या आजोबांच्या पिढीपासून गोरेगाव कोकणातील एक महत्त्वाचं गाव म्हणूनच प्रसिद्ध आहे. कोकणातलं जीवन म्हणजे निसर्गमय सुंदर वातावरणातील कष्टदायक जीवन. माझ्या आजोबांनी अतिशय कष्टाने संसार केला. त्यांचा धाकटा मुलगा म्हणजे माझे वडील रमणलाल काशीदास गांधी यांनी सुरुवातीला घरोघरी जाऊन किराणा माल विकला. काही दिवसांनंतर त्यांनी भाड्याच्या दुकानात व्यवसाय सुरू केला आणि १९७०च्या सुमारास स्वतःच्या मालकीचं किराणा मालाचं दुकान सुरू केलं.

आसपासच्या गावांतील लहान वाड्या-वस्त्या आणि खेडेगावांतून गोरेगावला लोक बाजाराला येत. त्यांना दर्जेदार माल वाजवी किमतीत देण्याच्या त्यांच्या धोरणामुळे लवकरच त्यांचा व्यवसायात जम बसला. आसपासच्या खेड्यापाड्यांत, वाड्या-वस्त्यांवर किराणा मालाचं छोटं दुकान चालवणाऱ्यांना माझे वडील कायम

प्रोत्साहन द्यायचे आणि त्यांना किराणा माल होलसेल भावात उधारीवरही द्यायचे. म्हणजे आजच्या भाषेत बोलायचं तर त्यांनी एकाच वेळी बिझनेस टू बिझनेस (बी टू बी : B to B) आणि बिझनेस टू कस्टमर (बी टू सी : B to C) अशा दोन्ही प्रकारे व्यापार सुरू ठेवला. त्यांच्या या धोरणामुळे त्यांच्या व्यवसायाची उलाढाल वाढू लागली. ते मुंबईत जाऊन स्वस्त भावात होलसेल बाजारामधून स्वस्तात माल खरेदी करू लागले आणि इतर किराणा दुकानदारांनाही माल देऊ लागले. त्यामुळे आमच्या दुकानाची उलाढाल मोठ्या प्रमाणावर वाढली. त्यामुळे लवकरच मुंबईच्या अनेक मोठमोठ्या कंपन्यांचे प्रतिनिधी गोरेगावात आले की थेट आमच्या दुकानात येऊन त्यांच्या उत्पादनाची या भागातील एजन्सी घेणार का, म्हणून विचारणा करू लागले. आम्हीही अनेक कंपन्यांची रायगड जिल्ह्याची किंवा माणगाव तालुक्याची एजन्सी घेतली. त्यामुळे व्यापार-उदीम मोठ्या प्रमाणावर वाढून आमच्या कुटुंबाचीही भरभराट होऊ लागली.

वडील आणि माझ्या चुलत भावाने वाढवलेला हा व्यवसाय पाहतच मी लहानाचा मोठा झालो. त्यामुळे व्यवसायातल्या खाचाखोचाही मला कळू लागल्या. अनेकदा वडील मला वसुलीसाठी पाठवत. खेड्यापाड्यांतल्या, वाड्या-वस्त्यांतल्या किराणा दुकानदारांकडून येणे वसुलीसाठी किंवा माल पोहोचवण्यासाठी मी आनंदाने जात असे. त्यामुळे आसपासच्या गावातील लोकांशी कसा संपर्क साधायचा, त्यांच्या अडीअडचणींना समजून घेत व्यवहार कसा सांभाळायचा, याचं ज्ञान होत गेलं. हे शिक्षण अनुभवातूनच मिळत होतं आणि मनात मोठं झाल्यावर आपण नोकरी न करता व्यवसायच करायचा, हा विचारही पक्का होत होता.

शालेय जीवनात गाव-खेड्यांतून फिरताना तिथल्या माणसांचं निसर्गाशी जुळलेलं जीवन मला विशेष आवडायचं. आपली संपूर्ण भारतीय संस्कृती ही शेतीवर अवलंबून आहे. त्यामुळे शेतकऱ्यांचं संपूर्ण जीवन आणि अर्थकारणही शेती उत्पादनावरच अवलंबून आहे. कोकणात पाऊस फारच. पावसाळ्याचे चार महिने म्हणजे सतत पावसाची झड पाहत घरात बसून राहायचं. या काळात काहीच करता यायचं नाही. त्यामुळे घरातलं किराणा मालाचं सामान भरून ठेवण्याकडे इकडच्या लोकांचा कल फार. अनेकदा त्यांना उधारीनेही माल भरावा लागायचा. भाताचं पीक किंवा नारळ, सुपारी, काजू असा कोकणमेवा विकून जे काही उत्पन्न

येईल, त्यातून ही उधारी चुकवणार. मुळातच या भागात शेतीची जमीन कमी आहे. देशावर जसे एकरांत पीक लावले जाते, तसं इथे नाही. प्रत्येकाच्या घराच्या मागे वाडीत लावलेली नारळांची, सुपारीची झाडं हे मुख्य उत्पन्नाचं साधन. थोडीफार शेती असेल तेथे भात, वरई अशी पिकं काढणार, त्यामुळे फारसा पैसा हातात पडायचा नाही.

मग घरातला मोठा मुलगा शेती करायला गावात राहायचा आणि धाकटी भावंडं मुंबईला नोकरी करायला पाठवायची. ही प्रथा इथे अनेक पिढ्यांत चालत आलेली असल्याने प्रत्येक घरातील एक तरी माणूस मुंबईत कंपनीत नोकरी करणार आणि गावाकडे पैसे पाठवणार; या पैशांवर घर चालणार; अशी इथली अर्थव्यवस्था असल्यामुळे व्यापाराचं स्वरूपही तसंच होतं. भौगोलिक परिस्थितीप्रमाणे अर्थव्यवहार बदलतो आणि त्याप्रमाणे तुम्हांला व्यवसायाची धोरणं आखावी लागतात, हे मला वडिलांच्या व्यवसाय करण्याच्या पद्धतीमुळे शिकायला मिळाले.

अर्थात, वडिलांनी छोट्या गावात जे यश मिळवले, प्रतिष्ठा मिळवली, ती एका रात्रीत तयार झाली नाही याची जाणीव मला पुढे मोठेपणी, मी जेव्हा माझा स्वतःचा व्यवसाय करायला सुरुवात केली तेव्हा झाली. अनेक कसोटीचे प्रसंग त्यांच्याही जीवनात आले. अनेकदा व्यवसायात मोठ्या कंपन्यांकडून स्पर्धा उभी राहिली. त्याला त्यांनी तोंड कसं दिलं हे मी शिकत होतो.

एकदा काय झालं, की मुंबईची एक मोठी कंपनी गोरेगावमध्ये मोठं भांडवल घेऊन आली आणि त्यांनी आमच्या दुकानाशेजारीच सुपर मॉल सुरू केला. खूप खर्च करून चकाचक केलेलं ते दुकान कुणावरही छाप पाडेल असंच होतं. गावात त्याची चर्चा पण सुरू झाली होती. अनेकांनी वडिलांना सांगितलं की, एवढं मोठं भांडवल घेऊन उतरलेली ही कंपनी तुमचा व्यवसाय बंद पाडणार. वडील मात्र शांत होते. ते एवढंच म्हणाले की, व्यवसाय वरवरच्या झगमगाटावर चालत नाही; त्यासाठी ग्राहकांच्या मनात विश्वास निर्माण करावा लागतो.... आणि झालंही तसंच... आमच्या दुकानाचं कोणतंही गिऱ्हाईक तुटलं नाही. उलट वडिलांच्या इतक्या वर्षांच्या विश्वासाला जागून त्यांनी नेहमीपेक्षा जास्त खरेदी करून वडिलांना दिलासा दिला!

या अनुभवातून मी व्यवसायातलं विश्वासनिर्मितीचं महत्त्व शिकलो. व्यवसाय असो किंवा कोणताही आर्थिक व्यवहार, हा परस्परांच्या विश्वासावर

चालतो. त्यासाठी दिलेला शब्द पाळणं, आपल्या गिऱ्हाइकांच्या अडीअडचणी समजून घेणं हे महत्त्वाचं असतं. नव्याने निर्माण झालेल्या त्या दुकानदाराने अनेक योजना आणल्या, माल सवलतीत देऊ केला; पण खर्च जास्त झाल्याने आमच्या मुंबईच्या स्पर्धक मित्राला लवकरच आपला गाशा गुंडाळून मुंबईला परत जायला लागले! वडिलांनी मला अशा प्रकारे अप्रत्यक्षपणे व्यवसायाचे अनेक धडे दिले, जे आजही मला उपयोगी पडत आहेत.

व्यवसायाचं शिक्षण ज्याप्रमाणे मला कळत-नकळत घरातून मिळत होतं, त्याचप्रमाणे कोकणातील संस्कृतीतून निसर्गाबद्दलच्या जाणिवाही जागत्या राहत होत्या. कोकणातले अनेक सण निसर्गाशी एकरूप होणारे आहेत. हे सण संपूर्ण समाज एकत्र येऊन साजरा करतो. कोकणातील सर्वांत महत्त्वाचा सण म्हणजे गणपती. इथे कुणाच्या घरात दीड दिवसाचा तर कुणाच्या घरात पाच दिवसांचा गणपती हमखास असणार. त्यासाठी मुंबई-पुण्यात नोकरी करणारा चाकरमानी काहीही करून रजा टाकून गावाकडे येणारच. पूर्वीच्या एकत्र कुटुंबातील सगळे सदस्य भाऊ, बहिणी आपापल्या मुलांसह गावाकडे आईवडिलांना भेटायला येणार. या काळात प्रत्येकाच्या घरात आनंदाचं वातावरण असतं. सगळे मिळून मोठमोठ्याने आरत्या म्हणणार, प्रसाद सेवन करणार आणि दुसऱ्या घरातील गणपतीसमोर आरती म्हणायला जाणार असं दृश्य तुम्हांला प्रत्येक गावात दिसेल. त्यामुळे गणपती हा व्यापाऱ्यांसाठी व्यस्ततेचा कालावधी असायचा. चाकरमानी घरी आला की पूर्वीची उधारीही द्यायचा. त्यामुळे व्यापाऱ्यांसाठीही हा सण आनंदाचाच असतो.

गणपतीनंतर दिवाळी आणि नंतर शिमगा किंवा होळीचा सण कोकणात अतिशय लोकप्रिय आहेत. हल्ली कोकणात दहीहंडी बांधून श्रीकृष्ण जयंतीही मोठ्या प्रमाणावर साजरी केली जाते. कोकणातल्या या सणउत्सवात लहानपणापासून सहभागी झाल्याने मला पुढे मोठं झाल्यावर सांस्कृतिक क्षेत्रात वावरणे सोपं गेलं. सणांच्या निमित्ताने एकत्र येण्याने कुटुंबं एकमेकांशी कशी बांधली जातात हे समजलं.

आपल्या भारतीय संस्कृतीत या सणांच्या निमित्ताने निसर्गाचीच पूजा केली जाते. आम्ही लहानपणापासून आसपास पाहत होतो की नारळी पौर्णिमेला सगळेच गावकरी नदीची पूजा करून तिला नारळ अर्पण करायचे. अनेकदा मीच नदीच्या

पूजेला बसायचो. कोळी बांधवांनी नारळी पौर्णिमेला समुद्राला नारळ अर्पण करणं असेल किंवा नागपंचमीला नागांची पूजा करणं असेल, निसर्गातल्या सर्व घटकांबद्दल कृतज्ञता व्यक्त करणं हे या कृषिसंस्कृतीत शिकायला मिळतं.

गोरेगावच्या आसपासच्या छोट्या गावांमध्ये विशेषतः सह्याद्री डोंगररांगांच्या बाजूच्या जंगलात गावच्या देवराया आहेत. देवराई म्हणजे गावाने देवासाठी सोडलेलं राखीव जंगल. या जंगलाला हात लावायचा नाही, हा रूढ संकेत. म्हणजे तिथली झाडं, फांद्या तोडायच्या नाहीत तर ते संपूर्ण जंगल नैसर्गिकरीत्याच वाढवलं पाहिजे. या देवराईतल्या एका जरी झाडावर कुऱ्हाड चालवली, तर त्या देवाचा कोप होतो अशी समजूत या भागात आहे. पण या देवरायांमुळे कोकणातल्या अनेक गावांतील जंगलं, झाडं टिकून राहिली. दुर्मीळ प्राणी, पक्षी, वनस्पतींना हक्काचं स्थान मिळालं. या देवराया पाहताना माझ्या मनात निसर्ग आणि माणसाचा विकास याबद्दल विचार सातत्याने येत राहायचे. गोरेगावमध्ये लहानपणी या सर्व गोष्टी पाहतच मी शिकत होतो.

तसं पाहिलं तर स्वभावाने मी एकांतप्रिय आहे. शाळेत असताना मला आमच्या घराजवळच्या झाडावर बसून एकट्यानेच अभ्यास करायला आवडायचं. पण मी एकलकोंडा कधीच नव्हतो, उलट मला भरपूर मित्र होते. गावातल्या लहानमोठ्या सगळ्याच मुलांशी माझं छान जमायचं. मी सगळ्या ग्रुप्समध्ये वावरायचो. फक्त माझ्याच वर्गातलेच नव्हे तर माझ्या आधीच्या बॅचचे काही विद्यार्थीही माझे मित्र होते. मोठ्या वयाच्या मुलांबरोबर मैत्री करून त्यांच्या गप्पा ऐकायला मला फार आवडायचं. अनेकदा आम्ही आसपास एकत्र हुंदडायचो. विहिरीत, समुद्रावर पोहायला जायचो. मला मैदानी खेळही आवडायचे. क्रिकेट हा सर्व भारतीयांप्रमाणेच माझाही आवडीचा खेळ होता. आमच्या भागात क्रिकेटच्या स्पर्धा व्हायच्या. त्यातही मी भाग घ्यायचो.

माझी शाळा म्हणजे ना. म. जोशी प्रशाला. या शाळेचं नाव गावातील प्रतिष्ठित अशा एका सामाजिक नेत्याच्या स्मृतींसाठी दिलं आहे, याचं मला नेहमीच अप्रूप वाटायचं. अनेकदा पुस्तकातील बाबासाहेब आंबेडकरांचा धडा असेल किंवा वामन मल्हार जोशी, ना. म. जोशी असा उल्लेख आला की आपण गोरेगावचे आहोत या विचारांनी अभिमान वाटायचा. याचीच परिणती पुढे सामाजिक कार्याचं

बीज मनात रुजण्यात झाली असावी. एकीकडे व्यवसाय करता करता समाजाचं आपण काही देणं लागतो याचा विचार करून सामाजिक कार्यंही केलं पाहिजे हे माझ्या मनात लहानपणापासून ठसलं आहे. म्हणूनच पुढे व्यवसाय करताना मी शिक्षणक्षेत्रात काम करायचं ठरवलं, कारण यात विद्यार्थ्यांचा विकास घडताना पाहून सामाजिक कार्याचा आनंद तर मिळतोच शिवाय अर्थार्जनही होतं.

शालेय जीवनात अनेकांची मैत्री झाली पण काळाच्या ओघात यातील ठरावीक लोकांशीच मैत्री टिकून राहिली. अशा मित्रांपैकी सर्वांना माहिती असणारा अभिनेता मनोज जोशी हा आमच्या गोरेगावचा आणि आमच्या शाळेतला माझा जवळचा मित्र. मनोजला जेव्हा भारत सरकारने पद्म श्री देऊन सन्मानित केलं, तेव्हा आम्हांला खूप आनंद झाला. विशेषतः ना. म. जोशी प्रशालेसारख्या आमच्या शाळेतून त्याचं जे व्यक्तिमत्त्व घडलं, त्याबद्दल आम्हांला विशेष आनंद झाला. माझ्या शालेय जीवनातल्या मित्रांपैकी हेमेश शेठ बालसंरक्षण कायद्याच्या प्रसार-प्रचारासाठी आपल्या 'अर्पण' या एनजीओमार्फत खूप मोठं काम करतो आहे. त्याचप्रमाणे किशोर धारीया हा 'हिरवळ प्रतिष्ठान'तर्फे निसर्ग संवर्धनाचं काम करतो.

या सर्वांशी माझा आजही संपर्क आहे. आम्ही एकमेकांना भेटतो, एकमेकांच्या कामाची दखल घेतो व शक्य असल्यास मदतही करतो. शाळेचे सवंगडी कायमचे सवंगडी राहतात कारण त्या वेळच्या मैत्रीमध्ये व्यवहार नसतात. ती निव्वळ, निखळ आनंदाची मैत्री असते. ना. म. जोशी शाळेतील या मित्रांमुळे मला खूप गोष्टी शिकायला मिळाल्या. आमच्या शाळेत अठरापगड जातीची मुलं होती. सधन वर्गातील मुलं फार थोडी असायची. बरीचशी गरीबच मुलं होती. समाजातील सर्व स्तरांतील मुलांमध्ये मिसळण्याची संधी मला शाळेनं दिली. शाळेत बालमनं घडवली जातात याची कृतज्ञता म्हणून आम्ही या शाळेच्या प्राथमिक विभागासाठी देणगी देऊन माझ्या वडिलांच्या नावाने र. का. गांधी प्राथमिक विद्यामंदिर सुरू केलं आणि शाळेशी असणारे माझं नातं चिरंतन केलं.

गोरेगावच्या शालेय जीवनात एक अविभाज्य भाग होता. तो त्या वेळी जाणवला नसला, तरी आता लक्षात येतो; तो म्हणजे त्या काळात शाळेत सगळे चालतच येत. क्वचितच कुणाकडे सायकल असायची.

शाळेतली बहुतांशी मुलं गरीब किंवा मध्यमवर्गातली असायची. आजच्यासारखा पॉकेटमनीचा तो जमाना नव्हता. पैसे नसायचेच. दफ्तर किंवा

गणवेश फाटला तर रफू करायचा आणि पुढच्या वर्षी नवीन घ्यायचा अशी पद्धत होती. सायकलची चेन पडली किंवा किरकोळ दुरुस्तीची वेळ आली, तर स्वतःच ती दुरुस्त करायची अशी पद्धत होती. घरातल्या छोट्यामोठ्या दुरुस्तीची कामं शक्यतो घरातच केली जायची. अगदीच नाही जमलं तर दुरुस्ती करणाऱ्याला बोलवायचं असा शिरस्ता होता.

मला या गावातील एक गंमत नेहमी आठवते. गावातला शिंपी जसे नवीन कपडे शिवून द्यायचा तसेच रफूही करून द्यायचा. गावातल्या मेकॅनिकला गावातल्या सर्व गाड्यांच्या खोडी त्यांच्या नंबरसकट पाठ असायच्या. त्या काळात स्कूटर, मोटारसायकलसारखी वाहनंही कमीच असायची. चारचाकी तर फार थोड्या सधन व्यक्तींकडे असे; प्रामुख्याने मुंबई-पुण्याला जाताना किंवा दूरच्या गावात जाताना ती वापरली जायची. एरवी सर्व व्यवहार पायी चालतच होत. त्या काळात आजच्यासारखं 'वापरा आणि फेका' अशी संस्कृती नव्हती. सगळेच वस्तू पुन्हा दुरुस्त करून वापरायचे. आपण सतत नवं विकत घेऊन इतरांना दाखवलं पाहिजे अशी असोशीही त्या काळात कुणामध्येही नसायची. उलट मोठ्या भावाने वापरलेली पुस्तकं लहान भावंडांनी वापरायची अशी प्रथाच होती. कोकणातल्या कोणत्याही गावात बसस्टॅंडपाशी तुम्हांला चपला-बूट दुरुस्त करणारा चर्मकार आणि छत्र्या दुरुस्त करणारा छत्रीवाला हमखास दिसणारच.

मला अनेकदा प्रश्न पडायचा की हे सगळे दुरुस्त करणारे बसस्टॅंडपाशीच नेहमी का असतात? तेव्हा माझ्यापेक्षा थोड्या मोठ्या असलेल्या एका मित्राने मला उत्तर दिलं होतं की, 'अरे, चपला, बूट आणि छत्री घेतल्याशिवाय प्रवासच करता येत नाही. बसने कुठं जायचं म्हटलं की चपला आणि छत्रीचा विचार मनात येणारच. शिवाय, बसस्टॅंडवर बसची वाट पाहत नुसतंच बसायचं असतं, तेवढ्या वेळात छत्री किंवा चप्पल दुरुस्तही होऊन जाते...!'

खरं-खोटं माहिती नाही; पण त्या वेळी तरी मला हे उत्तर पटलं होतं. कोणत्याही व्यवसायाचे एकमेकांशी असोसिएशन असतं हे मला नकळत कळलं. पुढे मोठं झाल्यावर सुपरमॉलमध्ये ग्राहकांना दिसतील व आकर्षक वाटतील अशा वस्तू का ठेवलेल्या असतात व ते ठेवताना ग्राहकांची मानसिकता कशी लक्षात घेतलेली असते, हे समजलं. आपण जर निरीक्षण केलं तर लक्षात येईल की मॉलमध्ये तुम्हांला हमखास लोणच्याच्या बरण्यांशेजारी पापडांची पाकिटं ठेवलेली

दिसतील. कारण लोणचं घेतलं की पापडाची आठवण येते आणि पापड घ्यायला गेलं की हमखास लोणचं घेतलं जातं. व्यवसायात वस्तूंची जागाही किती महत्त्वाची असते हे लहानपणीच नकळत समजलं...!

व्यावसायिकाच्या घरात जन्म घेण्याचा एक नक्कीच फायदा असतो तो म्हणजे लहानपणापासून आसपास सतत नफ्या-तोट्याच्या गोष्टी चालू असल्याने आपल्याही नकळत आपण व्यवसाय शिकतो. सतत खरेदी, विक्री, भाव उतरले, किंवा वाढले यांची चर्चा होत असते. ग्राहक कसे वागले याबद्दलच्या कहाण्या सांगितल्या जातात. त्यामुळे ग्राहकांशी कसे वागायचे हे समजते. एखादा अंदाज चुकला व व्यवसायात तोटा झाला तरी निराश न होता नव्याने वेगवेगळ्या योजना मांडून ग्राहकांना आकर्षित कसं करायचं, याचंही बाळकडू मिळतं. त्यामुळे अनेकदा आपण पाहतो की व्यावसायिक किंवा उद्योजकाच्या घरी जन्मलेला मुलगा सहसा उद्योग किंवा व्यवसायाचाच विचार करत असतो. माझ्याही मनावर बालपणी हेच संस्कार नकळत होत होते.

महाराष्ट्राचे राज्यपाल भगतसिंग कोश्यारी, उपमुख्यमंत्री देवेंद्र फडणवीस

महाराष्ट्राचे राज्यपाल भगतसिंग कोश्यारी यांच्या हस्ते
'स्किल इंडिया आयकॉन' पुरस्कार

पद्म विभूषण डॉ. रघुनाथ माशेलकर

पद्म भूषण डॉ. विजय भटकर

डॉ. नरेंद्र जाधव यांच्या हस्ते 'संगणक सारथी' पुरस्कार

पद्म विभूषण डॉ. मोहन धारिया यांच्या समवेत

निवांत गोरेगावातून पुण्याच्या गजबजाटात

व्यवसायात मोठं यश मिळवायचं असेल तर पुण्यासारख्या शहरात जायला हवं हे माझ्या मनानं घेतलं आणि मी पुण्यात व्यवसायवृद्धीसाठी हालचाली सुरू केल्या. माझ्या वडिलांनी परवानगी दिली आणि समिधानीही साथ दिली.

व्यापारी वर्गाच्या घरामध्ये व्यवसायाचे प्रशिक्षण घरातूनच मिळतं. सुरुवातीला शाळा सुटली की दुकानात हौस म्हणून मदत करायला जायचं, तिथे पडेल ते काम करायचं, नोकरांसोबत आसपासच्या गावातून माल पोहोचवायला किंवा वसूलीला जायचं. कधी तरी मोठ्या माणसाच्या देखरेखीखाली गल्ल्यावर बसण्याची संधी मिळाली तर तो मोठा बहुमान वाटायचा. खातेवहीचं महत्त्व नकळत मनात शिरायचं. आपले वडील ग्राहकांशी कसं बोलतात, ग्राहकांच्या गरजांचा अभ्यास करून मुंबईहून आणलेला माल कमीतकमी वेळात ग्राहकांपर्यंत कसा पोहोचवतात याचं निरीक्षण आपोआपच व्हायचं. व्यापारी वर्ग गुंतवणूक म्हणून कदाचित शेती खरेदी करेल, त्यात गुंतवणूक करेल, पण तो स्वतः कधीच मातीत उतरून शेती करणार नाही. तो शेती कसायला देईल आणि आलेल्या शेतीमालाचा व्यापारच करेल.

कुठलाही व्यापार करताना सर्वात महत्त्वाची गोष्ट असते ती म्हणजे पैशाचं नियोजन करणं आणि कमीतकमी गुंतवणुकीत जास्तीतजास्त वेळा पैसे फिरवणं. त्यासाठी क्रेडिटचा अभ्यास गरजेचा असतो. सुरुवातीला रोखीने माल घेऊन विश्वास बसला की काही दिवसांनी कंपन्या उधारीवर माल देतात. ही उधारी म्हणजे 'वेळेचे पैसे' असतात हे मला लहानपणीच कळलं होतं. कारण कंपनीकडून समजा नव्वद दिवसांचं क्रेडिट मिळालं की नव्वदाव्या दिवशी पैसे गेलेच पाहिजेत हा रिवाज आम्ही नेहमीच पाळला. पण तोच माल ग्राहकांना देताना कधीकधी डिस्काउंट देऊन शक्यतो रोखीत दिला जायचा. नव्वद दिवसांच्या क्रेडिट कालावधीत हेच पैसे किमान दोनदा तरी फिरवले जायचे. त्यामुळे केवळ वेळेचा वापर करून स्वतःच्या शून्य गुंतवणुकीतून पैसे कसे निर्माण होतात, याची शिकवण घरातून मिळत होती. मला आठवतंय त्याप्रमाणे शाळेतल्या औपचारिक शिक्षणापेक्षा दुकानातल्या उघड्या शाळेत शिकण्याचीच मजा खूप असायची. मुलगा दुकानात किंवा व्यवसायात रमला तर वडीलधाऱ्यांनाही ते आवडायचं, पण त्याचबरोबर मुलांनी शिक्षणात मागं राहता कामा नये किंबहुना डॉक्टर, इंजिनिअर बनून हॉस्पिटल किंवा कारखाना टाकावा असंही अनेकांना वाटायचं.

माझं गोरेगावातलं पहिली ते नववीपर्यंतचं शिक्षण तसं मजेतच झालं असं म्हणता येईल, कारण त्या काळात मुलांवर आजच्यासारखा अभ्यासाचा ताण नव्हता. दहावी इयत्ता आली की घरच्यांकडून थोडं दडपण द्यायला सुरुवात व्हायची. दहावीच्या बोर्डाचे गुण पुढे महाविद्यालयात प्रवेश करण्यासाठी आवश्यक असल्याने सगळ्या मुलांना अभ्यासू असल्याचं किमान 'दाखवावं' तरी लागायचं. दहावीला विशेष क्लास लावला जायचा. शाळाही हुशार मुलांचे वेगळे वर्ग घेऊन त्यांनी बोर्डात चमकावं यासाठी प्रयत्न करायच्या. शाळेचा निकाल शंभर टक्के यावा म्हणून शिक्षकही जास्त मेहनत घेताना दिसायचे. त्या काळात ठरलेला पॅटर्न होता. नववीनंतरच्या सुट्टीत दहावीचा अभ्यास सुरू व्हायचा. काही मुलं तर सुट्टीतल्या अभ्यासासाठी पुण्यात क्लास लावायची आणि जूनमध्ये परत गावात यायची. तेव्हा सायन्स, कॉमर्स आणि आर्ट्स या तीनच मार्गांचा सर्वात जास्त विचार व्हायचा. दहावीत छान मार्क पडले की त्यांनी शास्त्र विषय घेऊन बारावीला आणखी जास्त मार्क मिळवायचे आणि इंजिनिअर किंवा डॉक्टर बनायचं. मध्यम मार्क पडले तर वाणिज्य शाखेत प्रवेश घ्यायचा आणि सीए, आयसीडब्ल्यूए

होण्यासाठी प्रयत्न करायचा. ज्यांना त्यापेक्षाही कमी मार्क मिळायचे, त्यांनी कला शाखा घ्यायची आणि शिक्षक व्हायचं. त्या काळात आजच्यासारखे स्पर्धा परीक्षा देण्याचं पेव फुटलेलं नव्हतं. आयएएस किंवा आयआयटीसारखी करियर्स असतात हे खेडेगावातल्या मुलांनी तर ऐकलेलंही नसायचं.

आजकालच्या काळात मुलं आपापल्या लॅपटॉपमध्ये किंवा मोबाईलमध्ये व्यस्त दिसतात. अभ्यास करतानाही बऱ्याचदा एकट्याने करतात, पण पूर्वी एकत्र अभ्यास करण्यावर भर असायचा. बऱ्याचदा एकमेकांच्या घरी जाऊन चारपाच जणांच्या ग्रुपने अभ्यास केला जायचा. एकमेकांशी चर्चा करत विषय समजून घेतला जायचा. आम्ही दहावी-बारावीला असाच अभ्यास केला.

दहावीच्या अभ्यासाचं वैशिष्ट्य म्हणजे त्या वेळी पहिल्यांदा आयुष्यात पुढे काय करायचं याची जाणीव होते. करियरबद्दलचे विचार मनात यायला लागतात. आम्ही अभ्यासाला बसायचो तेव्हा अभ्यासाबरोबरच पुढे कोण काय करियर करणार, याच्याही चर्चा व्हायच्या. प्रत्येक जण आपलं स्वप्न सांगायचा, पण बऱ्याच जणांची स्वप्नंही ठरावीक चाकोरीबद्ध असायची. त्या काळातल्या प्रभावाप्रमाणे सर्वांना मेडिकल किंवा इंजिनिअरिंगलाच जायचं असायचं. कुणी फार वेगळा विचार केला होता असं आत्ता तरी आठवत नाही. आमच्या भागातल्या प्रथेप्रमाणे अनेक विद्यार्थ्यांना बारावीनंतरचं पुढचं शिक्षण मुंबईत घ्यायचं असायचं, पण काही विद्यार्थी मात्र पुण्याला जाण्याबद्दल आग्रही असायचे. आमच्या पालकांनाही पुण्यात जाणं जास्त पसंत असायचं, कारण पुणे हे 'विद्येचे माहेरघर' किंवा 'ऑक्सफर्ड ऑफ द ईस्ट' असं समजलं जायचं... शिवाय मुंबईपेक्षा पुणे जास्त सुरक्षित वाटायचं. त्या काळी पुण्यात कुणी ना कुणी नातेवाईक किंवा मित्रमंडळी असायचीच. त्यामुळे आमच्यापैकी बहुतेकांनी पुणे शहर पाहिलेलं असायचं. आम्ही काही मित्रांनी पुढच्या शिक्षणाला पुण्यातच जायचं असं मनाशी पक्कं केलं होतं.

मीही करियरचा फार वेगळा विचार केला नव्हता. वडिलांच्या म्हणण्याप्रमाणे बारावीपर्यंतचं शिक्षण गावातच घ्यायचं आणि नंतर पुण्याला जायचं ठरवलं होतं.

दहावीला बऱ्यापैकी अभ्यास करून मी उत्तम गुणांनी उत्तीर्ण झालो आणि मी मेडिकलला जायचा विचार करून शास्त्र शाखेला प्रवेश घ्यायचं पक्कं केलं होतं. त्याप्रमाणे बारावीतिही भरपूर अभ्यास केला व ८४ टक्के गुण मिळाले. गुण

पुरेसे नव्हते, परिणामी मेडिकलला प्रवेश मिळाला नाही. अर्थातच त्या काळातल्या प्रथेप्रमाणे मेडिकलला प्रवेश नाही मिळाला तर इंजिनिअरिंगसाठी प्रयत्न करायचं ठरवलं. पुण्यात त्या काळी शासकीय इंजिनिअरिंग महाविद्यालयात प्रवेश न मिळालेले विद्यार्थी भारती विद्यापीठातून इंजिनिअरिंग करत.

बारावीत असताना इंजिनिअर व्हायचं म्हणजे नेमकं काय बनायचं, याचाही फारसा विचार केलेला नव्हता, किंबहुना इंजिनिअरिंगच्या कोणत्या शाखेत प्रवेश घ्यायचा हेही ठरलेलं नव्हतं. कारण तशी फारशी माहितीच नव्हती. शेवटी माझे मित्र आणि पालकांच्या सल्ल्याने भारती विद्यापीठात प्रवेश घेतला आणि मित्र म्हणाले म्हणून मीही कॉम्प्युटर सायन्सला प्रवेश घेतला. आता विचार केला की गंमत वाटते, पण त्या वेळी माऊस म्हणजे काय, हेही माहिती नव्हतं. कॉम्प्युटर तर फारच पुढची गोष्ट होती..!

बारावीनंतरचं पहिलं वर्ष हे एका अर्थाने थोडं विश्रांतीचं वर्ष असतं. या वर्षात पुण्यासारख्या मोठ्या शहराच्या नव्या वातावरणात रुळायला आम्हांला मदत झाली. कोकणातलं गोरेगावसारखं खेडं आणि पुण्यासारखं शहर यात जमीनअस्मानाचा फरक पडला होता. गोरेगावात पंचक्रोशीतला प्रत्येक जण आम्हांला ओळखत होता. गावात फिरायला लागलो तर ओळखीचे लोक आस्थेने चौकशी करायचे, पण पुण्यात तसं काही वातावरणच नव्हतं. सुरुवातीला मला पुण्यातले सगळेच आखडू वाटायचे. बस कंडक्टर, रिक्षावाल्यांपासून ते कॉलेजमधल्या प्राध्यापकांपर्यंत प्रत्येक जण खास पुणेरी भाषेत बोलायचा. ते आम्हांला सुरुवातीला तर अजिबात समजायचं नाही. त्यामुळे आम्ही कोकणातले मित्रच सतत एकमेकांच्या बरोबर असायचो. आम्हांला सुरुवातीला पुणेकर मित्रच नव्हते, पण काही दिवसांनी आमची मैत्री पुण्यात राहणाऱ्या स्थानिक वर्गमित्रांशी झाली आणि मी हळूहळू पुणेकरांसोबत रुळलो. या शहराने मला असं काही बदललं की मी स्वतःच आता हळूहळू पुणेकर होतोय, असं मला वाटायला लागलं आहे.

भारती विद्यापीठात कॉम्प्युटर इंजिनिअरिंग विभागात मी प्रवेश घेतला. याच काळात पुण्यात पर्सनल कॉम्प्युटर्सची मागणी वाढत होती. आम्हांलाही कॉम्प्युटर्समध्ये रस निर्माण झाला होता. अजून सॉफ्टवेअर इंजिनिअर्सची मागणी वाढायची होती. त्या काळात हार्डवेअर इंजिनिअर्सना मागणी वाढली होती. पर्सनल कॉम्प्युटर्सची त्या काळात खूप काळजी घेतली जायची. अनेक ठिकाणी ते अक्षरशः

काचेच्या कपाटात आणि कुलुपात ठेवले जायचे. कॉम्प्युटर्स रूम्स एसी असायच्या आणि त्या खोलीत जायचं तर एखाद्या मंदिरात गेल्याप्रमाणे चपला व बूट बाहेर काढून आत जावं लागे. संगणकात काहीही बिघाड झाला तर संगणक अभियंत्याला ताबडतोब बोलवावं लागायचं. विशेषतः लॅन इंजिनिअर्सना तर खूपच मागणी होती. दर वेळी संगणक दुरुस्तीसाठी इंजिनिअरला बोलावणं अनेकांना परवडत नसे, त्यामुळे एएमसी किंवा देखभालीसाठी वार्षिक करार करून संगणकांची काळजी घेतली जायची. अशा नेटवर्किंग एएमसीत चांगले पैसे मिळायचे. विद्यार्थी असतानाच माझ्या मनात आर्थिकदृष्ट्या स्वावलंबी होण्याचे विचार बळावत होते. दर महिन्याला वडिलांकडून पैसे मागणं नको वाटायचं. व्यापारी वृत्ती मूळचीच असल्याने आपण नेटवर्क मेंटेनन्सच्या कामातून चांगले पैसे मिळवू शकतो, याची खात्री वाटू लागली. त्यातूनच मी स्वतःचा 'मायक्रोलाईन सेल्स आणि सर्व्हिस' या नावाने व्यवसाय सुरू केला, याच नावाने कॉम्प्युटर्सची विक्रीही करू लागलो आणि नेटवर्किंगही करून द्यायला लागलो; त्याचप्रमाणे देखभाल-दुरुस्तीचे वार्षिक करार करून चांगले पैसे मिळवायला लागलो.

याच काळातला एक किस्सा माझ्या कायमचा लक्षात राहील असा आहे. त्या काळात बँकिंग क्षेत्रात कॉम्प्युटरचा वापर मोठ्या प्रमाणावर सुरू झाला होता आणि अनेकांना कॉम्प्युटर वापरण्याची भीती वाटायची. बँकेतल्या अनेक नोकरदारांनी त्या काळात केवळ संगणक शिकायला लागू नये एवढ्या कारणाने स्वेच्छानिवृत्ती घेतली. त्या काळातील एक गंमत आठवते. ऑफिसमध्ये अनेक जण कॉम्प्युटरचा वापर गेम खेळण्याकरता करायचे. त्यामुळे नेटवर्किंगच्या अनेक समस्या त्या काळात उभ्या राहायच्या. कर्मचाऱ्यांच्या या वर्तवणुकीवर नियंत्रण कसे ठेवणार, हा मोठा प्रश्न होता. ही समस्या सार्वत्रिक असल्याने 'सिस्ट्रिक्स' या कंपनीने एक उपकरण बनवले. ते संगणकात लावले की कर्मचाऱ्यांना गेम्स खेळता यायचे नाहीत; आणि त्यांचा कामाचा बहुमूल्य वेळ वाचायचा. त्यामुळे सिस्ट्रिक्स या कंपनीचे सर्व्हर्स आणि टर्मिनल्सची आम्ही विक्री करायचो. कर्मचाऱ्यांना तो सिट्रिक्स रिमोट टर्मिनल्स कसं चालतो व ते उपकरण कुठे बसवलं ते कळायचं नाही आणि संपूर्ण वेळ काम करण्याशिवाय पर्याय नसायचा. दरम्यान नेटवर्किंगचं काम मला आवडायला लागलं होतं आणि त्यात चांगली प्रगतीही व्हायला लागली होती.

१९९२मध्ये मी इंजिनिअरिंग पूर्ण केलं. वडील म्हणाले, या क्षेत्रात नव्याने काही करण्याआधी कुठल्या तरी कंपनीत नोकरी करून अनुभव घे, म्हणजे पुढे नेमका काय व्यवसाय करायचा ते तुझं तुला ठरवता येईल. त्याप्रमाणे मी पुण्यात एक वर्ष कॅम्प भागातील ऑटसन सेल्स कंपनीत विक्रीचा अनुभव घेतला, तर मुंबईत जाऊन काही दिवस विक्रोळी येथे राहून गोदरेज कंपनीत काम केलं. मुंबईत नोकरीत काम करताना शिकायला मिळत होतं; पण ते दगदगीचं जीवन मला फारसं आवडलं नाही. पुण्याची, तेथील शांत जीवनाची सवय झाली होती. त्यामुळे मी ठरवलं की पुण्यात येऊन आपला व्यवसाय सुरू करायचा, वाढवायचा आणि पुण्यातच स्थायिक व्हायचं. वडिलांना वाटत होतं की गावाकडे येऊन मी त्यांचा व्यवसाय सांभाळून माझ्या क्षेत्रातलं काही काम करावं; पण मी पुण्यातच व्यवसाय करायचं ठरवलं होतं. पुणे मोठ्या वेगाने वाढत होतं. गावात मर्यादित संधी असणार होत्या, तर पुण्यासारख्या शहरात अमर्यादित शक्यता होत्या. हाच विचार करून मी पुण्यात माझा स्वतःचा व्यवसाय सुरू केला. मायक्रोलाईन कंपनीमार्फत संगणक विक्री व सेवा असं व्यवसायाचं स्वरूप होतं. मोठ्या प्रमाणावर मार्केटिंग करून एएमसी (AMC: Annual Maintenance Contract) म्हणजेच वार्षिक सेवेचे करार करून हा व्यवसाय मोठ्या प्रमाणात वाढवायचा असं मी ठरवलं होतं आणि त्याप्रमाणे कामालाही लागलो. पण आपण ठरवतो एक आणि घडतं मात्र काही तरी वेगळंच!

त्याच सुमारास म्हणजे १९९५मध्ये माझे वडील आजारी पडले. त्यांची बायपास सर्जरी झाली. हा धक्का वडिलांसाठी आणि आम्हां कुटुंबीयांसाठी मोठा होता. गावाकडच्या व्यवसायाचा व्याप मोठा होता. चुलतभाऊ व्यवसाय सांभाळायचा; पण त्यालाही मदतीची गरज होती आणि घरी वडिलांच्या आरोग्याची काळजी घेणंही गरजेचं होतं. त्यामुळे पुण्यात नुकताच रुजू लागलेला व्यवसाय बंद करून काही दिवस मी गावात जाऊन घरच्या व्यवसायात लक्ष घालायचं ठरवलं.

अर्थात, या कालावधीतही मला खूप काही शिकायला मिळालं. कितीही झालं तरी वडील पारंपरिक पद्धतीनेच व्यवसाय करत होते. मी पुण्यात नव्या जगाचा अनुभव घेऊन आलो होतो, त्यामुळे मला गावच्या दुकानात नुसता गल्ल्यावर बसण्यात रस नव्हता, नवीन काही तरी करायचं होतं आणि मी त्या शोधातही होतो. आमच्या किराणा मालाच्या दुकानासोबतच टाटा शुद्ध वॉशिंग पावडरची एजन्सी

घेतली. टाटांचं नाव मोठं आहे. शिवाय एका मोठ्या ब्रँडसोबत जोडलो गेलो तर तालुक्यात सर्वत्र आपलं नाव होणार ही बाब लक्षात घेऊन आम्ही वॉशिंग पावडरचं मार्केटिंगही केलं.

त्या काळी आम्ही घरून एकदा टेंपो घेऊन निघालो की आसपासच्या गावांतील सर्व दुकानात माल देऊन टेंपो रिकामा करूनच यायचो. प्रत्येक गावातील महत्त्वाच्या दुकानात मी थोडा जास्तीचा माल ठेवायचो, त्यामुळे कुणालाही माल कमी पडायचा नाही. एखाद्या दुकानात माल शिल्लक उरला, तर मी तो तिथल्या तिथेच परत घेऊन शेजारच्या दुकानात लगेच देऊन टाकायचो. मी कधीही माल परत आणला नाही. बाजारपेठेत प्रभावीपणे वस्तूंचं वितरण कसं करायचं, याचं प्रशिक्षण मला या सर्व खटाटोपात मिळालं. या अनुभवाचा मला पुढच्या आयुष्यात खूपच फायदा झाला. सध्या स्वतंत्रपणे सप्लाय चेन मॅनेजमेंट कसं करायचं याचं प्रशिक्षण दिलं जातं; त्या काळात आम्हांला ते प्रत्यक्षात अनुभवातून मिळायचं. याच काळात कोकणातील गावांतही संगणकाबद्दल जागरूकता निर्माण झाली होती. छोटे-मोठे दुकानदार आणि व्यापारी संगणक वापरू लागले होते. शाळा, महाविद्यालयात संगणक प्रशिक्षण दिलं जाऊ लागलं होतं. त्यामुळे मी गावात माझ्या मायक्रोलाईन या कंपनीच्या नावाने संगणक विक्री आणि सेवेचा व्यवसाय सुरू केला. त्याला चांगला प्रतिसाद मिळायला लागला. दरम्यान वडिलांच्या तब्येतीत चांगली सुधारणा झाली. ते स्वतः व्यवसायात लक्ष घालू लागले. याच काळात गोरेगावजवळच्या माणगाव येथील भारती मेथाशी १९९६मध्ये माझा विवाह झाला. भारती म्हणजेच आताची समिधा पहिल्यापासून अभ्यासात हुशार. रायगड जिल्ह्यातील डॉ. बाबासाहेब आंबेडकर टेक्नॉलॉजिकल युनिव्हर्सिटीमधून तिने इंजिनिअरिंगमधली बीटेकची पदवी घेतली होती आणि ती माणगाव एमआयडीसीमध्ये नोकरी करत होती. पुढे पुण्यात आल्यानंतर माझ्यासोबत तीही व्यवसायात सहभागी झाली.

पुणे शहरात शिक्षण झाल्यानं आणि व्यवसाय करण्याचे स्वप्न पाहिल्याने गोरेगावात मी व्यवसायासाठी प्रयत्न करत होतो, पण मन मात्र पुण्याकडेच ओढ घेत होते. व्यवसायात मोठं यश मिळवायचं असल्यास पुण्यासारख्या शहरातच जायला हवं, हे माझ्या मनानं घेतलं आणि मी पुण्यात व्यवसाय वृद्धीच्या दृष्टीने हालचाली सुरू केल्या. वडिलांनीही मला परवानगी दिली आणि समिधानेही

साथ दिली. गावाकडे मी स्वतः उभ्या केलेल्या व्यवसायातले थोडेसे पैसे आणि पत्नीची साथ या भांडवलावर पुण्यात येऊन व्यवसाय करायला सुरुवात केली; पण मधल्या काळात पुणे बरंच बदललं होतं. पुन्हा नव्याने सुरुवात करणं तेवढं सोपं राहिलं नव्हतं. गावात व्यवसाय करणं त्या मानाने सोपं असतं. एकूणच खर्च कमी असतात, घरच्यांचा आधार असतो; शहरातल्या स्पर्धेत टिकाव धरणं खूप अवघड असतं. तशात आम्ही येथे दोघंच होतो, नवा नवा संसार सुरू झाला होता. आम्ही ठरवलं की या शहरात आपलं स्वतःचं स्थान निर्माण करायचं. आणि जिद्दीने सुरुवात केली. त्या काळात सुरुवातीला समिधाने काही काळ चाटे कोचिंग क्लासेसमध्ये नोकरीही केली. मी मात्र नव्या व्यवसायाच्या संधी शोधत होतो, आणि तशी संधी मला मिळालीही.

मान्यवरांचे मार्गदर्शन

पद्म श्री भिकू रामजी इदाते (दादा इदाते), भारत सरकारच्या विमुक्त, भटक्या आणि अर्ध-भटक्या जमातींसाठी राष्ट्रीय आयोगाचे माजी अध्यक्ष

पद्म श्री डॉ. मिलिंद कांबळे, अध्यक्ष, DICCI आणि DICCIच्या कार्यकारिणी सदस्यांसह

अमिताव मलिक, अध्यक्ष, पी.आय. सी. सी.

हार्डवेअरसोबत सॉफ्ट स्किल्स ट्रेनिंग

आपल्या भारतीय विद्यार्थ्यांची खासियत मला फार भावते. ते स्व-कर्तृत्वाने कितीही मोठे झाले तरी आपल्या शिक्षकांना विसरत नाहीत. ते कुठेही, कधीही भेटले तरी त्यांच्या मनात आपल्या शिक्षकांबद्दल आदराचीच भावना असते.

पुण्याच्या बदलणाऱ्या व्यावसायिक क्षितिजाचा मी आढावा घेत होतो. त्याच सुमारास 'जेटकिंग' या हार्डवेअर नेटवर्किंगमधल्या मुंबईतील मोठ्या कंपनीने पुण्यात प्रशिक्षण केंद्र सुरू केले होते आणि त्याची फ्रँचाइझी पुण्यात मित्रमंडळजवळ व पिंपरी चिंचवड भागात दिली होती. या दोन्ही ठिकाणी मी संगणक विकले होते. नेटवर्किंगच्या निमित्ताने मी आणि माझा बालमित्र शेखर नेहमीच त्यांच्याकडे जात असू. जेटकिंगच्या व्यवसायाचे मला आकर्षण वाटू लागले होते. कारण फक्त संगणक विक्री आणि सेवा देण्यापेक्षा शिक्षणक्षेत्रात काही तरी करावे, याचे आकर्षण मला जास्त होते. मी या दोन्ही ठिकाणी जाऊन त्यांच्या व्यवसायाचे निरीक्षण करू लागलो. माझ्या व्यापारी नजरेला लक्षात आले की हार्डवेअर इंजिनिअर्सना मागणी तर खूप आहे, पण त्यांना सॉफ्टवेअर इंजिनिअर्ससारखी प्रतिष्ठा नाही. त्यामुळे जर आपण जेटकिंगच्या कोर्सेसचे पोझिशनिंग बदलले आणि हार्डवेअर इंजिनिअरला प्रतिष्ठा मिळेल अशी जाहिरात-मालिका चालवली, तर विद्यार्थी या क्षेत्रात मोठ्या प्रमाणावर येतील.

मग मी मुंबईत जाऊन जेटकिंगचे अध्यक्ष आणि व्यवस्थापकीय संचालक सुरेश भारवानींची भेट घेतली. त्यांची 'स्मार्ट लॅब प्लस' ही संकल्पना अतिशय परिणामकारक आणि विद्यार्थ्यांना समजायला सोपी होती. सुरुवातीला त्यांनी माझे व्यवसायाबद्दलचे विचार जाणून घेतले. त्यांना मी माझी कल्पना सांगितली आणि आधीच्या फ्रँजाइजीच्या व्यवसायाला बाधा येणार नाही अशा विभागात म्हणजे पुण्याच्या डेक्कन भागात जंगली महाराज रस्त्यावर मला सेंटर द्या अशी मागणी केली. अनेकांनी मला सांगितले की या प्रतिष्ठित भागातली भाडी या सेंटरसाठी परवडणार नाहीत, कारण अशा कोर्सेसची फीची रक्कम सर्वसामान्य विद्यार्थ्यांना परवडेल अशी कमीच ठेवावी लागते, तेव्हा पुण्याच्या उपनगरात कमी भाड्याच्या जागेत जेटकिंगचे केंद्र सुरू केल्यास ते चांगले चालेल. मात्र मला पुण्याच्या प्रतिष्ठित भागातच जेटकिंगचे प्रशिक्षण केंद्र सुरू करायचे होते, कारण हार्डवेअर इंजिनिअर या पदाला प्रतिष्ठा मिळवून द्यायची खूणगाठ मी मनाशी बांधली होती आणि त्या विचाराने पुरता झपाटलो होतो. माझा हा विचार भारवानींना पटला. त्यांनी मला जंगली महाराज रस्त्यावर जेटकिंग सेंटर सुरू करण्यास परवानगी दिली.

त्या वेळी मी धाडस केले आणि एका सहकारी बँकेकडून कर्ज काढून जंगली महाराज रोडवर ४०,००० रु. महिना भाड्याने जागा घेतली. त्या काळात ही रक्कम खूपच मोठी होती. विद्यार्थ्यांना आकर्षित करण्यासाठी डेक्कनकडे येणाऱ्या सर्व रस्त्यांवर या प्रशिक्षण केंद्राचे वा सेंटरचे बॅनर लावले. त्यासाठी रोज रात्री मी स्वतः थांबून प्रत्येक बॅनर नीट लावला आहे ना, ते पाहायचो; एकही पैसा वाया जाणार नाही याची काटेकोर काळजी घ्यायचो. सकाळपासून रात्री झोपेपर्यंत फक्त व्यवसायाचाच विचार चालू असायचा. सुरुवातीला सकाळी स्वतः विद्यार्थ्यांचे क्लासेस घ्यायचो, नंतर दुपारी आलेल्या विद्यार्थ्यांना व्यक्तिगत मार्गदर्शन करायचो आणि रात्री पुन्हा मार्केटिंगसाठी बॅनर्स लावत हिंडायचो. या सर्वांचे फळ मिळायला सुरुवात झाली. हळूहळू 'जेटकिंग – जे. एम. रोड' असा स्वतंत्र ब्रँड तयार झाला. पुण्यातील प्रत्येकाला जेटकिंग नाव माहिती व्हायला सुरुवात झाली.

कोणत्याही व्यवसायात तुमच्या कंपनीचा ब्रँड निर्माण होणे गरजेचे असते. तुम्ही खर्च केलेल्या प्रत्येक रुपयाची गुंतवणूक तुमच्या ब्रँडमध्ये होत असते. तुम्ही घालवलेल्या प्रत्येक मिनिटांची किंमत ब्रँडच्या रूपात साठवली जात असते. त्यामुळे व्यवसायात ब्रँडव्हॅल्यू निर्माण करणे सर्वांत महत्त्वाचे असते.

तुमच्या ब्रँडकडे लोक कसे पाहतात, तुमच्या सेवेबद्दल किंवा वस्तूबद्दल लोक कसे बोलतात, याला खूपच महत्त्व आहे. कारण कोट्यवधी रुपये खर्च करूनही जी विश्वासार्हता मिळत नाही, तो विश्वास आपल्याच ग्राहकांनी एकमेकांना तुमच्याबद्दल सांगण्यातून निर्माण होतो. या सर्व गोष्टी मी जेटकिंगमध्ये शिकलो. जेटकिंग आणि जे. एम. रोड हे समीकरण जुळवण्यात मी रस्त्यावरच्या होर्डिंग्जमुळे यशस्वी झालो. स्वाभाविकच जेटकिंगला प्रवेश घ्यायचा तर पुण्याच्या जंगली महाराज रोडवर जायचे, असे समीकरण विद्यार्थ्यांच्या डोक्यात तयार झाले. तसेच मुलाला इंजिनिअर झाल्यावर लगेच नोकरी लागायला हवी असेल तर हार्डवेअर इंजिनिअर होण्यासाठी जेटकिंगलाच आणि तेही जंगली महाराज रोडवरच्या जेटकिंगला प्रवेश घ्यायचा हे पालकांच्या डोक्यात फिट्ट बसले.

अशा तऱ्हेने जेटकिंगची पुण्यातील जंगली महाराज रोडची फ्रँचाइजी मिळवणे ही माझ्या आयुष्याला महत्त्वपूर्ण कलाटणी देणारी घटना होती. पुण्यात त्या काळात संगणकयुग अवतरत होते. एकीकडे ॲपटेक, डाटाप्रो, नीट यांसारख्या कंपन्या सॉफ्टवेअर ट्रेनिंगचे प्रशिक्षण देत होत्या, तर महाराष्ट्र शासनाने पुरस्कृत केलेल्या महाराष्ट्र ज्ञान महामंडळ (MKCL) सारख्या संस्था सर्वसामान्य लोकांपर्यंत संगणकातील वर्ड, एक्सेल, पॉवरपॉईंट यासारख्या कोणत्याही कार्यालयासाठी आवश्यक अशा गरजेच्या प्रणाली शिकवून लाखो लोकांना संगणक साक्षर बनवत होते. स्वाभाविकच संगणकांची संख्या प्रचंड वेगाने वाढत होती. येत्या काळात भारतीय लोकसंख्येपेक्षा जास्त पर्सनल कॉम्प्युटर्स लागणार हे आमच्या लवकरच लक्षात आले. त्यामुळे या संगणकांना आणि नेटवर्कना नीट कार्यक्षम ठेवणारे हार्डवेअर इंजिनिअर्सही लागणार हेही ओघानेच आले. त्यामुळे जेटकिंग इन्स्टिट्यूटच्या जाहिराती आम्ही 'हमखास नोकरी देणारी इंजिनिअर घडवणारी संस्था' म्हणून केल्या.

अगदी सुरुवातीपासूनच आम्ही जेटकिंगच्या मार्केटिंगवर भर दिला. 'हार्डवेअर इंजिनिअर्सची नोकरी ही प्रतिष्ठेची आहे' हा संदेश आम्हांला द्यायचा होता. त्यासाठी पुण्यातील त्या काळातील एका अग्रगण्य जाहिरात एजन्सीला काम दिले. आम्ही वारंवार भेटून जाहिरातींच्या कल्पनांवर चर्चा करायचो. त्या चर्चेतून एक मुद्दा पुढे आला, तो म्हणजे केवळ आम्ही जाहिरातीतून सारखे सारखे सांगून कोही जेटकिंगला किंवा हार्डवेअर इंजिनिअरला प्रतिष्ठा मिळणार नाही. त्यासाठी कुणी

तरी अशा व्यक्तीने हे ठामपणे सांगितले पाहिजे की ज्याची पुण्यात किंवा महाराष्ट्रात विश्वासार्हता आहे, ज्याच्या शब्दाला वजन आहे. पुण्यात जरी आम्ही जाहिरात करत असलो, तरी आमच्या संस्थेत फक्त मराठी किंवा महाराष्ट्रातीलच विद्यार्थी येत नव्हते तर सर्व भारतातून विद्यार्थी इथे येत असत. त्यामुळे आम्हांला आमची जाहिरात करण्याकरता असा चेहरा हवा की जो सर्व भारतात परिचित आहे.

यावर अनेक तास चर्चा केल्यानंतर आम्हांला विक्रम गोखलेंसारख्या ज्येष्ठ अभिनेत्याचा चेहरा यासाठी परिपूर्ण वाटला. त्यांची सामाजिक भान असणारा अभिनेता म्हणून असणारी प्रतिमा विश्वासार्हता निर्माण करण्यासाठी योग्य होती. शिवाय फक्त मराठी माणसांतच नव्हे तर हिंदी सिनेमांतील कामामुळे ते भारतभर अभिनेते म्हणून परिचित होते. आम्ही विक्रम गोखलेंशी संपर्क साधला, तेव्हा त्यांनाही आमची कल्पना आवडली आणि ते एका अर्थी; आमचे 'ब्रँड अँबेसेडर' बनले.

जेटकिंग – जे. एम. रोड या आमच्या मार्केटिंग कॅम्पेनची व्याप्ती इतकी मोठी होती की पुण्यातला असा एकही रस्ता नसेल की ज्या रस्त्यावर जेटकिंगची जाहिरात लागली नाही. जेटकिंगच्या पुण्यातल्या तीनही संस्थांनी एकत्र येऊन या जाहिरात मोहिमा आखल्या. 'एकमेका साहाय्य करू अवघे धरू सुपंथ' या उक्तीप्रमाणे आम्ही दिवसरात्र जेटकिंगच्या वाढीचा विचार करत होतो. याचा परिणाम असा झाला की अनेक विद्यार्थी आपल्या करियरची सुरुवात करताना, नोकरी व अनुभव मिळवण्यासाठी जेटकिंगकडे यायला लागले. आम्ही त्यांचे स्वागत करू लागलो. काही दिवस जेटकिंगमध्ये काम केल्यानंतर त्यांना पैसेही मिळायचे आणि अनुभवही मिळायचा. त्यामुळे हमखास नोकरी देणाऱ्या जेटकिंगचे कोर्सेस विद्यार्थी करू लागले. त्यांनी हार्डवेअर इंजिनिअरिंगमध्ये केलेली वेळेची गुंतवणूक त्यांच्या नोकरीतूनच पैशाच्या रूपात वसूल होऊ लागली.

या विद्यार्थ्यांमध्ये महाराष्ट्र आणि भारतातील लहान गावांकडून येणाऱ्या विद्यार्थ्यांची संख्या खूप मोठी होती. त्यांच्यापुढे अनेक अडचणी होत्या. मी स्वतः गावाकडून येऊन पुण्यात स्थायिक झाल्यामुळे सुरुवातीला कोणत्या अडचणी असतात, हे मला पुरते माहीत होते. महाराष्ट्रातल्या कानाकोपऱ्यातल्या विद्यार्थ्यांना पुण्यात यायचे असते, पण शिक्षणासाठी खात्रीशीर संस्था माहिती नसते, त्यांच्या भोजन आणि निवासाच्या व्यवस्थेचा महत्त्वाचा प्रश्न असतो. किफायतशीर दरात

अशी व्यवस्था उभारावी यासाठी जेटकिंग संस्थेच्या जवळच असणाऱ्या शिवाजीनगर गावठाणातल्या अनेकांना ही व्यावसायिक संधी समजावून सांगून अत्यल्प दरात विद्यार्थ्यांच्या भोजनाची आणि राहण्याची व्यवस्था करण्यासाठी मार्गदर्शन केले. माझा मित्र आणि मराठीतील सुप्रसिद्ध अभिनेता राहूल सोलापूरकरच्या सल्ल्याने पश्चिम महाराष्ट्र, मराठवाडा आणि विदर्भातील काही जिल्ह्यांत आम्ही दौरे काढले. हार्डवेअर इंजिनिअर झाल्यावर मिळणाऱ्या नोकरीच्या संधी समजावून सांगणारी चर्चासत्रे आयोजित केली. त्याचा परिणाम म्हणजे जेटकिंग – जे. एम. रोड हे नाव महाराष्ट्राच्या कानाकोपऱ्यात पोहोचले. फक्त महाराष्ट्रातच नव्हे तर ज्या ठिकाणी जेटकिंगचे एकही सेंटर नाही अशा मध्य प्रदेशसारख्या राज्यातूनही विद्यार्थी पुण्यात यायला लागले. आम्ही या सर्वांची सोय करू लागलो.

याच काळात अनेक कल्पक आणि मूलभूत उपक्रम आम्ही सुरू केले, ज्यांचे पुढे अनेकांनी अनुकरण केले. यातील एक महत्त्वाचा उपक्रम म्हणजे कंपनीतील अधिकारी आणि प्रत्यक्ष विद्यार्थी यांचा संपर्क घडवून आणणे. अनेक मोठमोठ्या कंपन्यांचे पदाधिकारी आमच्या विद्यार्थ्यांना शिकवायला येत. त्यांचे अनुभव विद्यार्थ्यांना सांगत, तसेच नोकरीत यशस्वी होण्यासाठी कोणती कौशल्ये हवीत, याची माहिती देत. विद्यार्थ्यांना त्यांच्या क्षेत्रातले फक्त टेक्निकल ज्ञान असून चालणार नाही तर व्यक्तिमत्त्व विकासासाठी लागणारी कौशल्येही विद्यार्थ्यांकडे असली पाहिजेत, हे त्यामुळे लक्षात आले. विद्यार्थ्यांना मोठ्या कंपनीत अधिकारी पदापर्यंत जायचे असेल तर उत्तम इंग्रजी आले पाहिजे. ग्रामीण भागातील विद्यार्थ्यांचे इंग्रजी तितकेसे चांगले नसते, असा सर्वसाधारण अनुभव आहे. म्हणून ग्रामीण भागातील विद्यार्थ्यांना इंग्रजी शिकवायलाही सुरुवात केली. अनेक विद्यार्थ्यांनी तांत्रिक शिक्षणाव्यतिरिक्त मिळालेल्या या ज्ञानाचा आयुष्यात यशस्वी होण्यासाठी मोठा फायदा करून घेतला.

आज या विद्यार्थ्यांपैकी अनेक जण आवर्जून येऊन भेटतात आणि आपल्या कारकिर्दीबद्दल भरभरून बोलतात. अतुल पाटील नावाचा आमचा विद्यार्थी अमेरिकेतली 'डिलॉईट' सारख्या मोठ्या कंपनीत काम करतो. भारतात आला की आवर्जून भेटायला येतो. शिरीष खराडे हा विद्यार्थी खरंतर उत्तम टेक्निशिअन, पण त्याला प्रभावी प्रेझेंटेशन जमायचे नाही. त्यामुळे नोकरी मिळताना जड जायचे. आमच्या संस्थेत घेतलेल्या सॉफ्ट स्किल्स प्रशिक्षणामुळे त्याचा आत्मविश्वास

खूपच वाढला आणि त्याला लगेच नोकरी मिळाली. गावाकडून येणाऱ्या मुलांमध्ये आत्मविश्वास निर्माण केला तर ते लवकर शिकतात आणि चांगले कामही करतात, हे एव्हाना लक्षात आले होते. महाविद्यालयात न मिळणारे प्रयोगशाळेतील प्रॅक्टिकल शिक्षण आणि नोकरीसाठी आवश्यक असणारे स्मार्ट बनवणारे कौशल्य प्रशिक्षण यांमुळे जेटकिंगमधून उत्तीर्ण झालेल्या विद्यार्थ्यांना मागणी वाढली आणि त्यामुळे आमच्याकडे येणारा विद्यार्थिवर्गही वाढला.

इंदिरा इन्स्टिट्यूटच्या तत्कालीन संचालिका डॉ. प्राची जावडेकर यांच्या पुढाकाराने येथील विद्यार्थ्यांना सॉफ्ट स्किल्स शिकवणे सुरू केले. त्या स्वतः आणि त्यांच्या टीमची सॉफ्ट स्किल्स शिकवण्याची पद्धत खूपच छान होती. या प्रशिक्षणाचा मुलांमध्ये आत्मविश्वास येण्याकरता खूपच फायदा व्हायचा.

काही उदाहरणे मला अजूनही आठवतात. गावाकडून येणाऱ्या मुलांमध्ये आत्मविश्वासाची कमी असते, कारण त्यांच्या मनात एक प्रकारचा न्यूनगंड असतो. त्यांच्यात आत्मविश्वास जागृत करण्यासाठी फळ्यावर एक काळा बिंदू काढला जायचा व विचारले जायचे की, 'तुम्हांला फळ्यावर काय दिसते?' बहुतेक सर्व मुले 'फळ्यावर काळा बिंदू दिसतो,' असे सांगायची; पण जेव्हा फळ्यावर सर्वांत जास्त रंग पांढरा आहे आणि काळा बिंदू अगदी लहान आहे व त्याचप्रमाणे आपल्यातील अवगुण एखाद्या लहानशा बिंदूएवढे असतात, पण आपल्यातील गुण व क्षमता फळ्यावरील पांढऱ्या रंगांइतकी व्यापून राहिलेली असते असे पटवून द्यायचो, तेव्हा मुलांचा उत्साह वाढायचा.

कोणत्याही प्रश्नांची अथवा समस्या सोडवण्याची पद्धत म्हणजे समस्येला एकाच झटक्यात सोडवण्याचा प्रयत्न न करता ती समस्या लहान लहान तुकड्यात विभागून कशी सोडवायची हे शिकवले जायचे. सर्वच विद्यार्थ्यांना हे कौशल्य विकासाचे वर्ग आवडायचे.

या काळात आम्ही व्यवसाय वाढवण्यात इतके व्यस्त होतो की आम्हांला इतर कसलाही विचार करायला वेळ मिळायचा नाही. मला आठवतेय की आमच्या क्लासमध्ये जागा कमी पडायला लागली तेव्हा मी घोले रोडवरील प्रचंड मोठे असे महात्मा फुले सभागृह सहा-सात वर्षांसाठी भाड्याने घेतले आणि त्या मोठ्या सभागृहात वर्ग चालवले. जेटकिंग — जे. एम. रोड हे नाव संपूर्ण पुण्यात प्रत्येक विद्यार्थ्यांच्या मनात ठसले. आजही पुण्यातल्या पंचेचाळीस ते पन्नास वयोगटातील

कोणत्याही माणसाला विचारले तर त्याला जेटकिंग हे नाव हमखास माहिती असतेच, हा ब्रॅंड सर्वतोमुखी बनला. जेटकिंगच्या सर्व भारतातील शाखांचे प्रमुख माझ्याशी विक्रीवाढीसाठी काय करता येईल याबद्दल विचारविनिमय करू लागले.

मी त्यांना एकच विचारायचो, "तुम्हांला तुमचा व्यवसाय आवडतो का?" त्यांचे उत्तर होकारार्थी आले की मी पुन्हा विचारायचो "का?"

ते म्हणायचे, "कारण हार्डवेअर आणि नेटवर्किंगला खूप मागणी आहे."

मी पुन्हा विचारायचो, "का?"

तेव्हा ते म्हणायचे, "कारण हा कोर्स केल्यावर हमखास नोकरी मिळते म्हणून विद्यार्थी या कोर्सला गर्दी करतात?"

मी पुन्हा विचारायचो, "का नोकरी मिळते?"

तेव्हा ते म्हणायचे की, "नोकरी मिळते. याचे कारण संगणकीकरण वाढतंय त्यामुळे याची गरज आहे."

मागणी आहे तसा पुरवठा आहे. मागणीच नसेल तर पुरवठा होणार नाही. आपल्या कर्तृत्वापेक्षाही बाजारपेठेतील मागणी कशी वाढते, याचा विचार व्हायला हवा. नोकरीची गरज कायमच राहणार आहे. कदाचित तंत्रज्ञान बदलले तर नोकरीचे स्वरूप बदलेल, पण नव्या तरुण पिढीला नोकरीचे महत्त्व कायमच राहणार आहे. त्यामुळे जसा काळ बदलेल त्याप्रमाणे आपल्याला प्रशिक्षणाचे स्वरूप बदलावे लागणार आहे. आपण हजारो मुलांना नोकऱ्या देतो, त्यांना त्यांच्या आयुष्यात स्वतःच्या पायावर उभं राहण्यासाठी मदत करतो, हा आपला खरा व्यवसाय आहे. जेटकिंगच्या विद्यार्थ्यांना आम्ही फक्त शिकवत नाही, तर स्वयंपूर्ण करण्याबरोबर स्वयंप्रतिष्ठाही देतो हा खरा व्यवसाय आहे. काळाप्रमाणे प्रशिक्षणाचे स्वरूप बदलेल पण नोकरीची मागणी सतत कायम राहणार आहे. आजही हेच सत्य आहे आणि नोकरी मिळवून देण्यासाठी जो सहकार्य करेल, त्याला हमखास यश मिळणार हे नक्की. फक्त काळाप्रमाणे सतत अभ्यास करत बदलले पाहिजे, किंबहुना नोकरीच्या बाजारपेठेचा अभ्यास करत नोकरी मागणाऱ्यांच्या चार पावले पुढे जाऊन विचार केला पाहिजे हे मी याच काळात शिकलो.

जेटकिंगसाठी विविध जाहिरात मोहिमा राबवंताना, प्रशिक्षणांचे व्यवस्थापन करण्यात मी इतका व्यस्त झालो होतो की माझ्याकडे इतर कुठल्याही गोष्टींसाठी

वेळच नव्हता. रोज रात्री झोपताना मला एकच समाधान नेहमी मिळायचे की तरुण मुलांना नोकरी देण्याचे मोठे काम आपण करतो आहोत. आर्थिक यशापेक्षाही हे सामाजिक यश मला जास्त आनंद मिळवून द्यायचं, आणि आजही देतं. आज मी अभिमानाने सांगू शकतो की मी भारतात किमान एक लाख लोकांना मी नोकरी दिली आहे. या विद्यार्थ्यांपैकी अनेक जण मला वेगवेगळ्या ठिकाणी भेटतात. मी त्यांना ओळखू शकत नाही पण ते मला ओळखतात. पुण्यात जेटकिंगमध्ये त्यांना काय शिकायला मिळालं, ते आवर्जून सांगतात. अनेक विद्यार्थी मोठमोठ्या कंपन्यांमध्ये अधिकारी पदावर काम करत आहेत. त्यांना कधीकधी माझी आठवण येते. काही जण फोन करतात. माझ्या कोणत्याही कामात आवर्जून सहकार्य करतात.

ही आपल्या भारतीय विद्यार्थ्यांची खासीयत मला फार भावते. ते स्व-कर्तृत्वाने कितीही मोठे झाले, तरी ते आपल्या शिक्षकांना विसरत नाहीत. ते कुठेही, कधीही भेटले तरी आपल्या शिक्षकांबद्दल त्यांच्या मनात आदरच असतो. जेटकिंगच्या व्यवसायाने मला आर्थिक यश दिले, समाजात प्रतिष्ठा मिळवून दिली पण विद्यार्थ्यांनी आपल्या हृदयात दिलेले स्थान हे मला माझे सर्वात मोठे यश वाटते आणि आजही माझ्या मनात या सर्वच विद्यार्थ्यांबद्दल कृतज्ञता दाटून येते. जेटकिंगच्या माध्यमातून तयार झालेले वीस हजारांहून अधिक विद्यार्थ्यांचे कुशल मनुष्यबळ हा माझ्यासाठी फार मोठा पुरस्कार आहे. आम्ही दरवर्षी जेटकिंगमधून बाहेर पडलेल्या स्टाफचे आणि विद्यार्थ्यांचे संमेलन भरवायचो. या संमेलनात विद्यार्थी आपले अनुभव सांगायचे.

'जोहड'च्या माध्यमातून जलसमृद्धी आणणारे निसर्गवादी पद्म श्री राजेंद्र सिंह

कमी खर्चाच्या नैसर्गिक शेतीचे पुरस्कर्ते पद्म श्री सुभाष पाळेकर यांच्या समवेत

डॉ. टी. जी. सीताराम, अध्यक्ष, एआयसीटीई
(All India Center for Technical Education) यांच्या समवेत

ज्येष्ठ शिक्षणतज्ज्ञ स्व. डॉ. अरुण निगवेकर, माजी अध्यक्ष, यू. जी. सी.
आणि डॉ. अनिल सहस्त्रबुद्धे, एनईटीएफ
(National Education Technology Forum)

विभाग २

विस्तारत जाणारे क्षितिज

क्षितिजापलीकडे एक सुंदर जीवन आणि समृद्ध जग
आहे हा विश्वास आमची आशा जागृत ठेवतो..

– फ्रँकलिन डी. रूझवेल्ट

डॉ. अरविंद नातू, अध्यक्ष, नियामक मंडळ, भारतीय विज्ञान शिक्षण आणि संशोधन संस्था (ISER), कोलकाता

एस्पायरची महत्त्वाकांक्षी सुरुवात

आपल्या भारताची सर्वांत मोठी ताकद आपल्या युवा शक्तीत दडलेली आहे. या तरूणांची बेरोजगारी दूर करून त्यांना नोकरी किंवा व्यवसायास लावण्यासाठी प्रयत्न करणे हे खूप मोठे काम आहे.

जेटकिंगचा ब्रँड पुण्यात स्थापित होईपर्यंत शिक्षणक्षेत्रातील व्यवसायाच्या थोड्याफार खाचाखोचा मला समजू लागल्या होत्या. त्यातील सर्वांत महत्त्वाची गोष्ट मला जाणवली ती ही की, आपली शिक्षणव्यवस्था विद्यार्थिकेंद्रित नाही तर परीक्षाकेंद्रित आहे. या शिक्षणव्यवस्थेतून विद्यार्थ्यांच्या आकांक्षांना खतपाणी मिळून समाजात आपल्या बुद्धिमत्तेने आणि कर्तृत्वाने भर घालणारे विद्यार्थी निर्माण होत नाहीत, तर वेगवेगळ्या परीक्षा देऊन त्यातील मार्कांवर आधारित नोकरी मिळवण्यासाठी धडपड करणारी आणि ती मिळाली नाही तर नाउमेद होऊन संपूर्ण आयुष्य वाया घालवणारी तरुण पिढी तयार होते आहे. आजही ग्रामीण भागातून शहरात येणारी मुले सर्वप्रथम स्पर्धा-परीक्षांचा विचार करून राज्य किंवा केंद्र शासनाच्या नोकरीच्या मागे लागताना दिसतात. त्यासाठी प्रसंगी गावची जमीन विकून शहरात येऊन मोठमोठ्या फियांचे क्लासेस लावून सतत प्रयत्न करत राहतात. काही शेकडा नोकऱ्यांच्या जागांसाठी लाखो विद्यार्थी परीक्षेला बसतात. दोन-चार वर्षे वाया गेली की मग खासगी नोकऱ्यांसाठी प्रयत्न करतात, पण तोपर्यंत

त्यांची उमेद आणि अनुभव मिळवण्याचा काळ निघून गेलेला असतो. अनेकदा जास्त वयामुळे खासगी उद्योगात नोकरी मिळत नाही, मात्र हा गेलेला काळ भरून येत नाही, त्यामुळे नाइलाजाने मिळेल ती नोकरी करणे किंवा छोटामोठा व्यवसाय करण्याशिवाय या मुलांपुढे पर्याय राहत नाही. या सर्व प्रकारात एक उमेद नसलेली, निराश तरुण पिढी आपण घडवतो आहोत.

अपेक्षित यश मिळाले नाही की सर्व जण विद्यार्थ्यांना दोष देतात, पण प्रत्यक्षात या विद्यार्थ्यांना नीट मार्गदर्शन मिळत नाही ही मूळ समस्या आहे; असे मला वाटते. महाविद्यालयीन जीवनापासून पुढे व्यावसायिक यश मिळेपर्यंत माझा सातत्याने भारतीय युवकांशी, विद्यार्थ्यांशी संबंध आला. युवकांचे प्रश्न, त्यांची शिक्षण, नोकरी व अर्थार्जन मिळवण्यासाठी चाललेली धडपड मी जवळून पाहिली. आपल्या व्यक्तिमत्त्व विकासासाठी सातत्याने प्रयत्न करणारे आणि प्रतिकूल परिस्थितीतही सातत्याने उमेद बाळगत जीवनात उत्तुंग यश मिळवणारे अनेक तरुण मी जवळून पाहिले. या निरीक्षणातून एक महत्त्वाची गोष्ट लक्षात आली, ती म्हणजे आपली मुले अभ्यासात हुशार आणि बुद्धिमान असली तरी ती कौशल्यांबाबत कमी पडतात, याचे कारण शालेय व महाविद्यालयीन जीवनात त्यांची जीवनोपयोगी कौशल्यांची तोंडओळखही झालेली नसते. त्यामुळे बुद्धिमत्तेच्या जोरावर नोकरी मिळालेला तरुण वर्तणुकीच्या मुद्‌द्यावर नोकरीवरून काढला जातो, कारण त्याच्याकडे प्रभावी संवादकौशल्ये नसतात. भारतात असलेला कौशल्य तुटवडा वा स्किल डेफिसिट भरून काढण्यासाठी प्रयत्न करणे गरजेचे आहे, हे लक्षात आले आणि या गरजेतूनच मी कौशल्य विकास क्षेत्रात काम करण्याचे ठरवले.

तसे पाहिले तर जेटकिंगचा व्यवसाय जोरात चालला होता, पण कोणत्याही व्यवसायात सतत नव्या नव्या गोष्टी घडत असतात. कोणतेही क्षेत्र सातत्याने तसेच राहू शकत नाही. मी व्यवसायाला सुरुवात केली तेव्हा कॉम्प्युटर्स आणि नेटवर्किंगच्या क्षेत्रातील सुरुवातीचा तो काळ होता, पण गेल्या काही वर्षांत तंत्रज्ञानातील बदलांमुळे इंटरनेट आणि मोबाईल युग येण्याची चाहूल लागली होती. डेस्कटॉप संगणकांच्या नेटवर्किंगच्या वाढीचा काळ संपला होता. इंटरनेटच्या वापरामुळे मोठमोठे बदल घडत होते. डेस्कटॉप्सची जागा आता लॅपटॉप्सनी घेतली होती. अनेक विद्यार्थ्यांनी लॅपटॉप्स, टॅबलेट्सचा वापर सुरू केला होता. साधारण

२०१३च्या सुमारास होत असलेला हा बदल लक्षात आल्यानंतर मी ठरवले की आता काळानुरूप बदलले पाहिजे.

दरम्यान २०१४मध्ये नवे सरकार सत्तेत आले. या सरकारची धोरणे बदलली. स्वतंत्र मिनिस्ट्री ऑफ स्किल डेव्हलपमेंट अँड एंटरप्रेन्युअरशीप (Ministry of Skill development and Entrepreneurship) स्थापन झाली. स्किल मिनिस्ट्री आणि कौशल्य विकासावर भर देण्याबद्दल चर्चा सुरू झाली. याच सुमारास मी एस्पायर नॉलेज अँड स्किल इंडिया प्रा. लि. या नावाने कंपनी सुरू केली आणि भारत सरकारच्या नॅशनल स्किल डेव्हलपमेंट कॉर्पोरेशन (एनएसडीसी NSDC) सोबत करार करून कौशल्य विकासाचे प्रशिक्षण देण्यासाठी वेगवेगळे उपक्रम राबवायला सुरुवात केली. यामध्ये दीनदयाळ उपाध्याय कौशल्य योजनांसारख्यांचा समावेश होता. महाराष्ट्र, गुजरात, कर्नाटक आदी राज्यांतून एस्पायरने जवळपास दोनशेहून अधिक प्रशिक्षण केंद्रे सुरू केली. या केंद्रांमध्ये सोळाहून अधिक कौशल्य अभ्यासक्रमांचे प्रशिक्षण दिले जायचे. साधारण ३०० ते ६०० तासांचा हा कालावधी असायचा. या सर्व योजना शासकीय पातळीवर राबवल्या जायच्या. त्यामुळे त्याला चांगला प्रतिसाद मिळायचा. २०१७ ते २०२२ या कालावधीत पन्नास हजारांहून अधिक प्रशिक्षणार्थींनी या कौशल्य प्रशिक्षणाचा लाभ घेतला आणि पात्र विद्यार्थ्यांना नोकरी मिळाली.

प्रत्येक व्यवसाय विभागात किती प्रमाणात नोकऱ्या उपलब्ध आहेत, ते पाहून त्याप्रमाणे कौशल्य विकासाचे प्रशिक्षण देणे हे या प्रशिक्षणाचे वैशिष्ट्य होते. त्यासाठी या सर्व विद्यार्थ्यांना प्रशिक्षण पूर्ण झाल्यानंतर नोकरी देण्याचे बंधनही होते. अर्थातच कौशल्य विकास केंद्रांमधून जे विद्यार्थी प्रवेश घेत, ते सर्वच विद्यार्थी नोकरी करण्यास पात्र ठरत.

या विद्यार्थ्यांपर्यंत पोहोचण्यासाठी आम्ही किती तरी अभिनव उपक्रम राबवले. पुणे म्युनिसिपल ट्रान्सपोर्टशी (पीएमटी) संपर्क साधून त्यांच्या बंद पडलेल्या तीन बसेस आम्ही मिळवल्या, त्या दुरुस्त केल्या आणि चालवायला घेतल्या. या बसेसमध्ये खास कौशल्यविकास केंद्रं उभी केली आणि या बसेस ग्रामीण भागात फिरवून 'स्किल्स ऑन व्हिल्स' असे प्रशिक्षणवर्ग चालवले. या योजनेद्वारे शिवाजीनगर गावठाणातील मुलांनाही कौशल्य प्रशिक्षण देण्यात आले. याच काळात महाराष्ट्रातील पोलिसांसाठी आयोजित केलेला सीसीटीएनएस (क्राइम

अँड क्रिमिनिल ट्रॅकिंग नेटवर्क अँड सिस्टीम्स) हा उपक्रम अतिशय गाजला, कारण एका वर्षात या योजनेद्वारे महाराष्ट्रातील सर्व पोलीस स्टेशनमध्ये ७५० अभियंत्यांद्वारे सीसीटीएनएसची आम्ही यशस्वी अंमलबजावणी केली.

आता एस्पायर नॉलेज अँड स्किल्स इंडिया प्रा. लि. ला 'एस्पायर' या नावाने सगळे ओळखू लागले. एस्पायरच्या कौशल्य विकास प्रशिक्षणांना शासकीय योजनांची मोठी जोड मिळाली. केंद्र व राज्य शासन एका विद्यार्थ्यांमागे १२ ते १५ हजारापर्यंत अनुदान देते आणि त्यासाठीची पात्रता फक्त आठवी इयत्ता उत्तीर्ण एवढीच असल्याने हजारो विद्यार्थ्यांना प्रशिक्षण देण्यात एस्पायरने मोठी कामगिरी बजावली. या वेळी लक्षात आले की मुलांना प्रामुख्याने टेक्निकल किंवा तांत्रिक प्रशिक्षणात रस असतो तर मुलींना ब्युटी, वेलनेस, फॅशन अशा प्रशिक्षणात सहभागी व्हायचे असते. मग एस्पायरमध्ये आम्ही सर्व प्रकारचे अभ्यासक्रम शिकवायला सुरुवात केली.

आपल्या भारताची सर्वात मोठी ताकद ही आपल्या युवा शक्तीत दडलेली आहे. या तरुणांची बेरोजगारी दूर करून त्यांना नोकरी/व्यवसायास लावण्यासाठी प्रयत्न करणे हे खूप मोठे काम आहे असे मला वाटते. त्यासाठी मला राष्ट्रीय कौशल्य विकास महामंडळाच्या म्हणजेच नॅशनल स्किल डेव्हलपमेंट कॉर्पोरेशनबरोबर काम करण्याची मिळालेली संधी खूप महत्त्वाची वाटते. एस्पायरने २०१७मध्ये नॅशनल स्किल डेव्हलपमेंट कॉर्पोरेशनबरोबर करार करून गुजरात, महाराष्ट्र, कर्नाटक आदी राज्यांत अनेक कौशल्य विकास केंद्रांची स्थापना केली. अनेक ठिकाणी 'प्रधान मंत्री कौशल्य विकास योजना' राबवल्या. कर्नाटकात बसवराज बोम्मई मुख्यमंत्री असताना 'स्वामी विवेकानंद युवा शक्ती योजने'चा शुभारंभ झाला.

कर्नाटक राज्यातील शहर आणि खेडेगावांतील तरुणांमध्ये स्वयंरोजगार निर्माण करावा म्हणून सुरू झालेल्या या योजनेत पहिल्यापासून एस्पायर संस्था भागीदार म्हणून सहभागी झाली. भारत सरकारने 'नोकऱ्या मागणारे बनू नका तर नोकऱ्या देणारे बना' असे आवाहन तरुणांना केले आणि त्यासाठी अनेक योजना जाहीर केल्या. ज्यामध्ये मुद्रा योजना, स्टँडअप गॅरंटी योजना, क्रेडिट गॅरंटी योजना, दीनदयाळ उपाध्याय जीवनकौशल्य विकास योजना अशा किती तरी योजनांचा समावेश होता आणि या योजना राबवण्याची संधी एस्पायरला मिळाली. या सर्व योजना नॅशनल स्किल क्वालिटी फ्रेमवर्कद्वारे संमत केलेल्या असल्याने त्यांचा

दर्जा खूप चांगला होता. गुजरात इंडस्ट्रियल डेव्हलपमेंट कॉर्पोरेशन (जीआयडीसी) गुजरातने एस्पायर संस्थेला भावनगर आणि सुरेंद्रनगरमध्ये ट्रेनिंग आणि प्लेसमेंटसाठी सार्वजनिक-खासगी सहभागाद्वारे (पब्लिक-प्रायव्हेट पार्टनरशीप) काम करण्याची संधी दिली, ही मला खूप महत्त्वाची उपलब्धी वाटते. या सर्व योजनांतून सहभागी झालेल्या विद्यार्थ्यांना रोजगार मिळाला, काहींनी स्वतःचे उद्योग सुरू केले. लाखो विद्यार्थ्यांच्या जीवनात या निमित्ताने बदल घडवता आला, याचा आनंद मिळाला.

गेल्या काही वर्षांतील कामानंतर हे लक्षात आले की भारताची अर्थव्यवस्था पाच ट्रिलियन डॉलर्स इतकी करायची असेल तर स्वयंरोजगार निर्माण करण्याशिवाय पर्याय नाही, पण फक्त अर्थव्यवस्था वाढली आणि लोकांना नोकऱ्या मिळाल्या नाहीत तर समाजाचे संतुलन टिकणार नाही. शासकीय योजनांमधून सर्वांना नोकऱ्या देणे शक्य नाही, त्यामुळे एक लहान उद्योजक घडवला की तो त्याच्यासारख्या दहा हातांना काम देऊ शकतो हे लक्षात घेऊन या योजना शासनाने आखल्या आहेत हे लक्षात आले. समाजाच्या सर्वसमावेशक वाढीसाठी हे गरजेचे आहे, हे मला पटले म्हणून नोकऱ्या देण्यासाठी प्रयत्न करत असतानाच लहान उद्योजक घडवण्यासाठीही प्रयत्न करण्याचे धोरण मी एस्पायरमध्ये आखले. सध्या उद्योजकता विकासावर भर दिला जातो, ज्यात मोठ्या उद्योजकांसाठी योजना आखल्या जातात; पण अगदी लहान म्हणजे नॅनो उद्योजकांसाठी प्रयत्न करण्याची गरज आहे. भारतातील ९५ टक्के उद्योग व्यवसाय करणाऱ्यांचा समावेश लहान किंवा मध्यम उद्योगात होतो. या सर्वांच्या कौशल्य विकासासाठी प्रयत्न केले तर त्यांची आर्थिक उलाढाल किती तरी पटीने वाढेल हे मला पटले आणि नोकरी निर्मितीबरोबरच नॅनो उद्योजक घडवण्यासाठीही प्रयत्न करायचे मी ठरवले.

भारत सरकारचा भर महिला उद्योजक घडवण्यावर आहे, त्यासाठीही एस्पायरद्वारे आम्ही प्रयत्न करतो आहोत. या नव्या धोरणांमुळे २०२३पर्यंत सुरू झालेल्या एक लाख नव्या स्टार्टअपपैकी ४७ टक्के स्टार्टअपच्या संचालिका या महिला आहेत. यापैकी १०७ युनिकॉर्न स्टार्टअप आहेत. ज्या खाजगी स्टार्टअप उद्योगाचा व्यवसाय १ बिलियन डॉलर्स आहे व जी कंपनी अजून स्टॉक मार्केटमध्ये लिस्टेड नाही त्याला 'युनिकॉर्न' म्हणतात. शासनाच्या या सर्व उत्तम धोरणांना राबवण्यासाठी, तयार केलेल्या योजना तळागाळापर्यंत नेण्यासाठी प्रयत्न करण्याचे धोरण एस्पायरने ठरवले आणि या पुढील काळातही राहील. युवा शक्ती आणि नारी

शक्तीला प्रोत्साहन देणाऱ्या या योजनांची अंमलबजावणी करण्यासाठी मी नेहमीच प्रयत्नशील राहिलो आहे. या पुढील काळात अनेक बदल आपल्याला दिसणार आहेत. काळाप्रमाणे उद्योग व व्यवसायांचे स्वरूप बदलते आहे. आर्टिफिशिअल इंटेलिजन्स, थ्रीडी प्रिंटिंग, मशीन लर्निंगमुळे लाखो नोकऱ्या जाणार आहेत तशाच नवीनही तयार होणार आहेत. तरुणांना नवी कौशल्ये शिकावी लागणार आहेत. ती कौशल्ये शिकवणाऱ्या संस्थांनाही बदलावे लागणार आहे. या पुढील काळात क्रिएटिव्ह जॉब्सना मागणी असेल पण रिपिटेटिव्ह किंवा रोज तेच ते कराव्या लागणाऱ्या क्लेरिकल नोकऱ्या जाणार आहेत. त्यामुळे रिस्किलिंग आणि अप स्किलिंग या दोन्हीसाठी विद्यार्थी किंवा नोकरदारांना मोठ्या प्रमाणावर प्रशिक्षण द्यावे लागणार आहे. या क्षेत्रात माझ्या अनुभवाचा पुढे काही फायदा करून देता आला तर मला नक्की आवडेल.

एस्पायरचे काम नव्या सरकारच्या धोरणांमुळे वेगात चालले होते व नावाप्रमाणेच अनेक महत्त्वाकांक्षांना धुमारे फुटत होते. कौशल्य विकास योजनांचा लाभ लाखो विद्यार्थी घेत होते. पण अचानक या सगळ्याला निसर्गाने एक धक्का दिला आणि कोरोनाचे संकट जगावर, सर्व देशावर आले; त्याचप्रमाणे हे संकट आमच्या व्यवसायावर आणि थेट आमच्या घरातही येऊन पोहोचले...!

डॉ. एस. बी. मुजुमदार, संस्थापक आणि अध्यक्ष, सिम्बायोसिस,
कुलपती, सिम्बायोसिस इंटरनॅशनल (डीम्ड युनिव्हर्सिटी)

डॉ. गणेश नटराजन आणि डॉ. दीपक शिकारपूर

क्षण कौतुकाचे

श्री. आय. एस. गहलौत, सीईओ, कॅपिटल गुड्स स्किल काऊन्सिल

लेफ्टनंट जनरल डॉ. एस. पी. कोचर, डायरेक्टर जनरल,
सेल्युलर ऑपरेटर्स असोसिएशन ऑफ इंडिया

डॉ. निर्मलजीत सिंग कलसी, आयएएस अध्यक्ष, NCVET

श्री. अतुलकुमार तिवारी, IAS, सचिव, MSDE आणि श्री. अरविंद बाली,
CEO, TSSC आणि श्री. राजेश अग्रवाल IAS, भारत सरकारचे सचिव

श्री. वेदमणी तिवारी, सी.ई.ओ.,राष्ट्रीय कौशल्य विकास महामंडळ (NSDC)

परीक्षा पाहणारा कोविड काळ

कोविडच्या काळात आसपासच्या वाहतुकीचे सर्व आवाज थांबले होते. शहरातले प्रदूषण कमी झाले होते. पुण्यात पहिल्यांदाच निसर्गातील पशुपक्ष्यांचे आवाज ऐकू यायला लागले होते.

पुणे शहर हे शिक्षणाचे माहेरघर असल्याने या शहरात तुम्ही कुठेही फिरलात तरी तरुणांची संख्या जास्त दिसते. डेक्कन, जंगली महाराज रोड, फर्ग्युसन कॉलेज रोड, कॅम्पमधील एमजी रोड, कोरेगाव पार्क, हाय स्ट्रीट बाणेर, करिश्मा चौक, कोथरूड अशा सर्व ठिकाणी संध्याकाळी तरुण मुले आणि मुली मोठ्या संख्येने दिसतात. हे तरुण युवायुवती प्रामुख्याने पुण्यातील शैक्षणिक संस्थांमध्ये शिकणारे किंवा स्पर्धा परीक्षेची तयारी करण्यासाठी पुण्यात येऊन राहिलेले विद्यार्थी असतात. फक्त महाराष्ट्रातूनच नव्हे तर भारतातूनही पुण्यात शिकण्यासाठी आलेले असतात. अनेक तरुण-तरुणी भारताच्या कानाकोपऱ्यातून आयटी कंपन्यांत नोकरी करण्याच्या निमित्ताने पुणे शहरात आलेले असतात. त्यांना पुण्याची हवा, इथला सांस्कृतिक मोकळेपणा आणि तरुणाईने भारलेले उत्साही शहरातील वातावरण आवडते. त्यामुळेच भारतातल्या विद्यार्थ्यांची शिक्षणासाठी पुणे शहराला पहिली पसंती असते. नोकरी शोधताना तुम्हांला मनासारखी नोकरी मिळेलच असे नाही; तिथे मिळेल ती नोकरी करावी लागते, पण किमान शिक्षणासाठी तरी पुण्यात जायचे

असे भारतातील सर्व विद्यार्थ्यांना वाटते. भारतातील अनेक विद्यार्थी शिक्षणासाठी पुण्याची निवड करतात, याचे कारण पुण्यात सर्व विषयांतील शिक्षण व प्रशिक्षण देणाऱ्या संस्था आहेत. प्रत्येक आर्थिक स्तरातील विद्यार्थ्यांसाठी इथे शैक्षणिक सुविधा आहेत. अशा या शहरात शिक्षणक्षेत्रातील संस्था चालणारच यात काही शंका नाही, कारण इथे राहणाऱ्या लोकांपैकी ७० टक्के संख्या पन्नास वयाच्या खालची आहे तर त्यातील निम्मी संख्या ३० वयोगटाच्या खालची आहे. म्हणजे विद्यार्थ्यांची संख्या वीस लाखांहून अधिक आहे. अर्थात, २०२१मध्ये कोविडमुळे या शहराच्या लोकसंख्येची मोजदाद झाली नाही. त्यामुळे ही सर्व आकडेवारी अंदाजे असली तरी एकेकाळी पेन्शनरांचे असणारे हे शहर आता तरुणांचे आवडते शहर बनले आहे हे वास्तव लपून राहत नाही.

पुण्याच्या तरुणाईची एवढी चर्चा करायचे कारण म्हणजे शिक्षणक्षेत्रातील सगळे पहिले प्रयोग या शहरात घडतात. जगभरातील संस्था या शहरात येऊन आपल्या शाखा उघडतात. इथे रोज, सतत काही ना काही शैक्षणिक चर्चा, परिसंवाद, कार्यशाळा चालू असतात. मी ज्या काळात या शहरात वास्तव्यास होतो आणि शैक्षणिक क्षेत्रात व्यवसाय करायचा ठरवले, तेव्हा तर या स्थित्यंतराची सुरुवात होत होती. पुण्याच्या मध्यवर्ती भागातील जंगली महाराज रोडसारख्या ठिकाणी माझे सेंटर असल्यामुळे विद्यार्थ्यांच्या मानसिकतेतील बदल मला लगेच कळत असत. संगणक युगाचा सुवर्ण काळ संपला आणि हार्डवेअर इंजिनिअर्सची मागणी कमी झाली; पण डिजिटल युग आले आणि नव्या संधी सर्वांसमोर यायला सुरुवात झाली. पर्सनल कॉम्प्युटर्सच्या जागी प्रत्येक विद्यार्थी लॅपटॉप किंवा टॅब वापरायला लागले.

नोकरी मिळवायची तर फक्त पदवी किंवा पदविका मिळवून उपयोग नाही, तर विविध कौशल्यांची गरज जाणवू लागली. उमेदवार फक्त अभ्यासात हुशार असून चालणार नाही, तर त्याच्यात सगळ्यांना बरोबर घेऊन काम करण्याच्या टीमवर्कची सोशल स्किल्स आहेत की नाहीत, हे तपासले जाऊ लागले. अशा कौशल्य विकास अभ्यासक्रम घेणाऱ्या संस्थांची मागणी वाढली. पुण्यात येणाऱ्या अनेक विद्यार्थ्यांनी आपल्या पदवीच्या शिक्षणाबरोबरच स्पोकन इंग्लीश, सॉफ्ट स्किल्सचे क्लासेस लावायला सुरुवात केली. ज्यांनी आपल्या स्वतःच्या व्यक्तिमत्त्वावर मेहनत घेतली, ते पुढे गेले आणि जे फक्त अभ्यासातील मार्कांच्या

मागे लागले, ते मागेच राहिले असे चित्र उभे राहिले. दहावी किंवा बारावीच्या मार्कांचे महत्त्व संपले आणि त्या जागी विविध चाचणी (एन्ट्रन्स) परीक्षा आल्या. या चाचणी परीक्षा उत्तीर्ण केल्याशिवाय हव्या त्या क्षेत्रात प्रवेश मिळणार नाही हे लक्षात आल्यानंतर स्पर्धा परीक्षांची आणि चाचणी परीक्षांची तयारी करून घेणाऱ्या संस्थांची गरज वाढली. आठवीपासूनच आयआयटीसारख्या परीक्षांची तयारी करून घेतली जाऊ लागली. एकंदरीतच इंजिनिअर्सचा पुरवठा मागणीपेक्षा जास्त वाढल्यामुळे त्यांचे पगार कमी होऊ लागले आणि याचा परिणाम शिक्षणसंस्थांवर होऊ लागला. इंजिनिअरिंग, मेडिकल, एमबीएचे दिवस संपले आणि आयआयटी, आयआयएम, आयसरसारख्या संस्थांना मागणी वाढू लागली. स्वाभाविकच जुन्या शैक्षणिक संस्थांचे महत्त्व संपू लागले आणि ज्या संस्थांनी नव्या स्वरूपात आपल्याला बदलले, त्याच टिकून राहू लागल्या.

शैक्षणिक क्षेत्रात २०११नंतर खूप मोठ्या प्रमाणावर बदल घडत होते. सर्वच मोठ्या एज्युटेक कंपन्यांची वाढ होतेय, असे दिसत नव्हते. दर महिन्याचा आढावा घेताना एकरेषीय आडवे ग्राफ येत होते. व्यवसायामध्ये अशी आडवी (हॉरिझाँटल) रेष दिसू लागली की तिला डेडलाईन समजायचे, हे मी इतक्या वर्षांच्या अनुभवाने शिकलो होतो. आता वाढ होणार नाही तर, कदाचित उतरणीकडे जाणारा प्रवास सुरू होईल अशी लक्षणे दिसू लागली. मी जेटकिंगसोबत आणखी काय करता येईल, याचा अभ्यास करू लागलो आणि लक्षात आले की आता सर्वच पातळ्यांवर कौशल्य विकसनाचे महत्त्व वाढत चालले आहे. २०१४ नंतर तर कौशल्य विकास प्रशिक्षणाला मोठे प्रोत्साहन मिळते आहे. भारत सरकारने स्वतंत्र कौशल्य विकास मंत्रालय स्थापन केले आहे. विविध उद्योगांच्या गरजा ओळखून प्रशिक्षण देणारी ३८ स्किल सेक्टर्स स्थापन केली आहेत. नॅशनल स्किल डेव्हलपमेंट कॉर्पोरेशन (एनएसडीसी) सारख्या संस्थांची स्थापना करून व्यावसायिक पद्धतीने कौशल्य क्षेत्रात काम सुरू केले आहे. स्वाभाविकच जेटकिंगसारख्या फी बेस मॉडेल्सचे (ॲडव्हान्स फी घेऊन शिक्षण देणारे) महत्त्व कमी होऊन शासनप्रणीत (मोफत किंवा अल्प फीमधले) प्रशिक्षणाचे महत्त्व येत्या काळात वाढणार आहे.

पुढे जायचे असेल तर काळाप्रमाणे बदलावेच लागते. एकीकडे शासकीय योजनांचा अभ्यास करत असतानाच मी पुढचे पाऊल टाकले. डिजिटल युगात ॲनिमेशन आणि व्हीएफएक्स या तंत्रज्ञानाला महत्त्व येणार हे ओळखून मी

काही मित्रांना भागीदार करून 'एपिक प्रा. लि.' ही ॲनिमेशन व व्हीएफएक्स म्हणजे चित्रपटातील डिजिटल स्पेशल इफेक्ट्स शिकवणारी अत्याधुनिक संस्था काढली. याच काळात परदेशातून व विशेषतः हॉलिवूडमधून ॲनिमेशनपटांच्या चित्रपटांच्या निर्मात्यांनी पुणे आणि मुंबईच्या कंपन्यांना कामे द्यायला सुरुवात केली. या स्पेशलाईज्ड कामात चांगले पगार मिळत असल्याने मोठी फी देऊन विद्यार्थी ॲनिमेशनची विविध सॉफ्टवेअर्स शिकायला येत आणि लगेचच मुंबईत नोकरीला लागत.

एपिक संस्थेने सुरुवातीला खूपच चांगला व्यवसाय केला, पण कालांतराने माझ्या लक्षात आले की या प्रशिक्षणात दोन अडचणी मोठ्या प्रमाणावर येत होत्या. ॲनिमेशन शिकवण्यासाठी लागणाऱ्या सॉफ्टवेअर्सची आणि इन्फ्रास्ट्रक्चरची गुंतवणूक प्रचंड असल्याने या प्रशिक्षणाची फी खूपच जास्त ठेवावी लागत होती; पण त्या मानाने विद्यार्थ्यांना करिअरची सुरुवात करताना तितकेसे चांगले पगार मिळत नव्हते. म्हणजे दोन-अडीच लाख रुपये फी भरून ॲनिमेशन शिकायचं आणि त्याला नोकरी लागताना दरमहा जेमतेम पंधरा हजार पण पगार मिळणार नाही. शिवाय दुसरी अडचण म्हणजे या क्षेत्रात क्रिएटिव्हिटीची प्रचंड गरज असते. त्यासाठी विद्यार्थ्यांना ॲडमिशन देताना तो किती कल्पक आहे, याची चाचणी घेऊन तपासण्याची गरज होती; पण विद्यार्थ्यांना ते पटायचे नाही. त्यांना वाटायचे की आम्ही उगाच चाचणी परीक्षा घेऊन त्यांच्या ॲनिमेटर बनण्याच्या स्वप्नात अडथळा बनत आहोत. फी भरायला पैसे आहेत म्हणून शिकायचे आणि नंतर सर्जनशील काम न करता फक्त ऑपरेटर बनून काम करायचे, हे मला फारसे पटत नव्हते. लाखो रुपयांचा पगार ॲनिमेटरला मिळायला तितकी क्रिएटिव्हिटी आणि अनेक वर्षांचा अनुभव लागतो. त्यामुळे कुठे तरी ही मुलं या स्वप्नांच्या मागे पालकांचे लाखो रुपये वाया घालवत आहेत, असे वाटायला लागले.

याशिवाय, मी इतके दिवस हजारो विद्यार्थ्यांना नोकऱ्या लावत होतो पण इथे मोजक्याच विद्यार्थ्यांना नोकरीची संधी मिळणार होती, तेवढ्याच प्रयत्नात कौशल्य विकास प्रशिक्षण – नॅशनल स्किल डेव्हलपमेंट कॉर्पोरेशनसारख्या संस्थांच्या सहकार्याने मी पुण्यात वर्षाला दहा हजारांहून अधिक विद्यार्थ्यांना नोकरी मिळवून देऊ शकत होतो. म्हणून मग मी एपिक संस्था बंद करायचा निर्णय घेऊन एस्पायर नॉलेज अँड स्किल्स प्रा. लि. या संस्थेवरच लक्ष केंद्रित करायचे ठरवले

आणि कौशल्य विकास प्रशिक्षणाच्या कामाला लागलो. माझे ध्येय ठरलेले होते. मला जास्तीतजास्त तरुणांना रोजगार कसा मिळवून देता येईल, हेच पाहायचे होते.

कौशल्य विकासाचे कामही मी उत्साहाने सुरू केले. नॅशनल स्किल डेव्हलपमेंट कॉर्पोरेशनचा मी आघाडीचा पार्टनर झालो, अनेक उपक्रम सुरू केले, सगळे नीट चालू होतेय असे वाटत असतानाच या गोष्टीला वेगळेच वळण लागले.

जगाला भेडसावणाऱ्या एका घटनेने संपूर्ण जग बदलले. ही घटना म्हणजे कोविड १९चे भारतातले आगमन! मला आठवतेय, पहिला कोविड रुग्ण पुण्यातच मिळाल्याची बातमी आली आणि सगळे पुणे शहर भीतीच्या सावटाखाली गेले. आठ-पंधरा दिवसांतच ही संख्या वेगाने वाढली आणि प्रशासनाने अनेक नियम कडक करायला सुरुवात केली. बाहेरगावचे विद्यार्थी घाबरून पुणे सोडून आपापल्या घरी जायला लागले. मार्च-एप्रिलच्या परीक्षा संपल्या की पुण्यात हौशी प्रशिक्षणांचा हंगाम सुरू होतो, पण त्या वर्षी पुण्यात कोणताही विद्यार्थी राहायला तयार नव्हता. अनेक संस्थांनी आपल्या परीक्षा रद करून मुलांना घरी पाठवले. पहिल्यांदा मास्क वापरायची सक्ती सुरू झाली आणि त्यानंतर कोविडचा प्रसार थांबवण्यासाठी सर्वांनी घरातच थांबण्याची सक्ती झाली. लोक आपापल्या घरी जाण्यासाठी निघाले. बसेस, रेल्वेला गर्दी होऊ लागली. कालांतराने हा प्रवासही बंद झाला आणि लाखो लोक चालतच आपापल्या घरी निघाले. शहरे ओस पडायला लागली.

पुणेही त्याला अपवाद नव्हते. सर्व काही घरातच बसून करायचे होते. रस्ते ओस पडले होते, कार्यालये बंद झाली होती. घरून काम करण्याच्या नव्या नव्या कल्पना निघू लागल्या. 'झूम'वर मीटिंग होऊ लागल्या. आयटी इंडस्ट्रीतील लोकांना हा बदल स्वीकारणे सोपे जात होते, पण जे उद्योग मानवी सहयोगातून प्रत्यक्ष कारखान्यात चालत होते, त्यांना आपले उद्योग सुरू करताही येईनात. सर्वत्र भीतीची एकच छाया पसरली होती. स्वाभाविकच या सर्व वातावरणाचा परिणाम आमच्या व्यवसायावरही झाला. घरातच बसून राहिल्याने काहीच करता येत नव्हते. किती काळ असे चालणार, याबद्दलही कुणालाच काही सांगता येत नव्हते. कोविडचा हा काळ सर्वांप्रमाणेच माझ्याही आयुष्यातील सर्वात कसोटीचा काळ होता. माझी, माझ्या मुलांची आणि संपूर्ण कुटुंबाची ही एक प्रकारे परीक्षाच होती. आम्ही घरात बसल्या बसल्या भविष्यात नेमके काय करायचे, याचे नियोजन

करायला लागलो. कोविडने आमचा जगाकडे बघण्याचा दृष्टिकोनच बदलला. आपण अतिशय कमी साधनांमध्ये जगू शकतो, याची जाणीव घरातल्या सर्वांनाच झाली. इतके दिवस व्यवसायाच्या व्यापामुळे मुलांना पुरेसा वेळ देता आला नव्हता, तो देता आला. त्यांचे विचार समजून घेता आले. आपण समजत होतो त्यापेक्षा आपली मुलं जास्त हुशार आणि समजूतदार आहेत याची जाणीव झाली. त्यांच्याबद्दलचा विश्वास वाढला.

कोविडच्या काळात आसपासच्या वाहतुकीचे सर्व आवाज थांबले होते. शहरातले प्रदूषण कमी झाले होते. पुण्यात पहिल्यांदाच निसर्गातले आवाज ऐकायला यायला लागले होते. ध्वनिप्रदूषण आणि वायुप्रदूषणामुळे दूर पळणारे अनेक पक्षी सोसायटीतल्या झाडांवर जमा व्हायला सुरुवात झाली होती. कावळे, चिमण्या, पोपट यांचे आवाज पहिल्यांदाच ऐकता आले. गावाकडे लहानपणी ऐकलेल्या निसर्गाची धून ऐकायला यायला लागली. पुन्हा एकदा मन शहरी गोंगाटातून मुक्त अशा निसर्गगानाचा आनंद घेऊ लागले. आम्ही घरात बसल्या बसल्या निसर्गातील या बदलाबद्दल बोलू लागलो. कोविडबद्दल बोलताना मानवाने निसर्गाला अपरिमित ओरबाडून किती नुकसान केले आहे, हा विषय हमखास निघायचा. निसर्ग संवर्धनासाठी काही तरी ठोस केले पाहिजे, असा विचार याच सुमारास मनात येऊ लागला आणि त्याप्रमाणे काही योजनाही आकार घेऊ लागल्या.

कोविडचा तो भयानक काळ संपला आणि जग नव्या जगरहाटीला लागले. हे 'न्यू नॉर्मल' जग पूर्वीसारखे नव्हते. मधल्या दोन वर्षांच्या काळात माणसांच्या सर्व सवयी बदलल्या होत्या. आयटीमधल्या लोकांना घरून काम करण्याची सवय झाली होती. आयटीतच नव्हे तर जिथे जिथे इंटरनेटवर काम करून चालत होते, त्या सर्वच कर्मचाऱ्यांना कंपनीत जाण्यायेण्याचा काळ व पैसा वाचतो याची जाणीव झाली होती. घरातल्या लोकांना वेळ देऊन आपल्याला काम करता येते, किंबहुना यामुळे कर्मचाऱ्यांची उत्पादनक्षमता जास्त वाढते; इतकेच नव्हे तर मनुष्यबळ व्यवस्थापनाचा खर्चही मर्यादित राहतो हे कंपनी व्यवस्थापकांच्याही लक्षात आले होते. गरजेनुसार ऑफिसला मीटिंगसाठी या आणि बाकी वेळ घरून काम करा असे धोरण अनेक कंपन्यांनी आखले. दरम्यान एकाच वेळी दोन कंपन्यांसाठी काम करणाऱ्या – 'मून लायटिंग' करणाऱ्या –कर्मचाऱ्यांवर कसे लक्ष ठेवायचे, यावरही चर्चा झाली. अनेक संस्थांनी चक्क आपल्या कर्मचाऱ्यांचे दोन ठिकाणी काम करणे

स्वीकारले. याच काळात तंत्रज्ञानात प्रचंड बदल घडले. 'क्लाउड टेक्नॉलॉजी' आली. मोठमोठ्या कंपन्या सर्व्हर्स भाड्याने घेऊ लागल्या. या सर्वांचा परिणाम इलेक्ट्रॉनिक्स गॅजेट्सच्या वापरावर झाला. अनेक कंपन्यांनी आपल्या कार्यालयातील हजारो डेस्कटॉपची दुरुस्ती करायची जबाबदारी घेण्याऐवजी कर्मचाऱ्यांनी स्वतःचा लॅपटॉप घ्यावा यासाठी प्रोत्साहन दिले. घरातूनच ऑफिससारखे काम करणे सुलभ व्हावे यासाठी वायफायसारख्या अनेक सुविधा उपलब्ध करून दिल्या. कोविडनंतर हार्डवेअर आणि नेटवर्किंगच्या सर्व संकल्पना बदलल्या. कोविडच्या आधी पाश्चिमात्यांनी आणलेली आणि व्यापारातील प्रचंड फायदा मिळवण्यासाठी चीनने प्रोत्साहन दिलेली 'वापरा आणि फेका' ही संस्कृती आता उपयोगाची नाही, याची जाणीव याच काळात प्रकर्षने झाली. मधल्या काळात विशेषतः दोन हजार सालानंतर इंटरनेटमुळे काळ, कामाच्या गणिताने गती वाढवली व जग चोवीस तास सात दिवस सुरू राहू लागले, तेव्हा जगाचा नकाशाच बदलला होता. इंटरनेटच्या महाजालाने पृथ्वीला विळखा घालण्याअगोदर जग सूर्योदय आणि सूर्यास्ताच्या दैनंदिन घड्याळाच्या गतीने चालत असे. एखादे काम आज झाले नाही तर उद्या सकाळी पाहू, असे सहजपणे म्हटले जात असे, पण इंटरनेटनी जग जवळ आणले आणि दिवस असो वा रात्र, माणसं कधीही काम करू लागली. अमेरिकेतली माणसं झोपली तर भारतातील माणसं त्यांची कामे पूर्ण करून ठेवत, त्यामुळे त्यांचा वेळ वाचत असे. या वाचलेल्या वेळाचे पैसे भारतातील माणसांना द्यायला तिथल्या लोकांना काहीच वाटत नसे; कारण भारतातले पगार त्यांच्या दृष्टीने खूपच कमी असत. या बदलांमुळे जगाचा नकाशा बदलला. जग जवळही आले आणि कामे विभागूनही करू लागले. जग एक खेडे बनल्याची चर्चा त्या काळात सुरू झाली.

या नव्या जगाच्या नकाशात आफ्रिकेच्या जंगलातील नैसर्गिक साधनसंपत्ती हिंदी महासागरातून चीनला जायची आणि चीनमध्ये या कच्च्या मालावर प्रक्रिया करून अनेक लहान-मोठ्या वस्तू बनायच्या. त्यासाठी चीनच्या प्रचंड लोकसंख्येतील कुशल कामगारांचा वापर व्हायचा. यासाठी चीनने आपल्याच काही शहरांत प्रचंड मोठे स्पेशल इकॉनॉमिक झोन (एसईझेड) तयार केले. जगातील कोणत्याही इलेक्ट्रॉनिक वस्तूंची मागणी तुम्ही करायचा अवकाश, की ती इथे अतिशय स्वस्तात बनवली जायची आणि बाजारपेठेत टाकली जायची. 'मेड इन चायना' म्हणजे कमी टिकाऊ वस्तू – ज्या वापरायच्या आणि फेकून

द्यायच्या, कधी दुरुस्त करायच्या नाहीत असाच पायंडा पडला. जगभरातील सर्व ग्राहकांना वस्तू खराब झाली तर ती दुरुस्त न करता ती बदलून घेण्याची सवय या नव्या बाजारपेठेने लावली. सतत नव्या वस्तू घेण्याने टिकाऊ वस्तू बनवल्या जात नव्हत्या, तर नव्या आणि एकदाच वापरल्या जाणाऱ्या वस्तूंची निर्मिती मोठ्या प्रमाणावर व्हायला लागली. म्हणजे एखादे घड्याळ पूर्वी पन्नास-साठ वर्षे वापरले जात असे. स्वीस घड्याळांच्या टिकाऊ तंत्रज्ञानाची सर्वत्र चर्चा होत असे. कधी दुरुस्ती निघालीच तर गावात घड्याळ दुरुस्त करणारे घड्याळजी असत. पण आता या नव्या युगात घड्याळजीची गरजच उरली नाही. घड्याळ बंद पडले तर ते उघडायचे नाही, दुरुस्त करायचे नाही, तर ते दुकानातून बदलून घ्यायचे असा पायंडा पडला. बदललेल्या किमतीतला थोडा फरक दिला तर जुन्याऐवजी नवीन घड्याळ देणार अशा योजना आल्या आणि दुरुस्तीची संकल्पनाच कालबाह्य होऊ लागली. वानगीदाखल हे एक उदाहरण झाले, पण अशा कोणत्याही उपकरणाबाबत हीच पद्धत वापरली जाऊ लागली. मिक्सर, मायक्रोवेव्ह, टिव्ही, फ्रीज... सगळेच जुने देऊन नवे मिळू लागले.

यामुळे दुरुस्तीची संस्कृती जगभरातून नष्ट झाली. चीनमधल्या स्वस्त मनुष्यबळाशी जगातल्या कोणालाच स्पर्धा करता येत नव्हती. त्यामुळे जगभरातील कंपन्यांनी चीनमध्ये जाऊन आपले नाव लावून म्हणजे व्हाईट लेबल करून वस्तू स्वस्तात बनवून घ्यायच्या आणि आपल्या ब्रँडच्या नावावर जगभर विकायच्या, असा व्यवसाय सुरू केला. यामुळे बाजारात विविध ब्रँडच्या वस्तू दिसल्या तरी त्या सर्व चीनमध्येच बनल्या जाऊ लागल्या. जगाच्या या नव्या व्यवस्थेत भारताकडे बॅकऑफिस म्हणजे बिलं करणे, जमाखर्च सांभाळणे, ग्राहकसंपर्क-संबंध (कस्टमर रिलेशन) आदी कामे आली तर काहींनी विक्री आणि मार्केटिंग, कस्टमर सपोर्ट, कॉल सेंटर्स अशी फ्रंट डेस्कवरचीही कामे आली. भारतातील मुलांचे इंग्रजी चांगले असल्यानेच या प्रकारच्या नोकऱ्या आपल्याकडे येऊ लागल्या. दरम्यान भारतात माहिती-तंत्रज्ञानाचे शिक्षणही मोठ्या प्रमाणात वाढले. अनेक आयटी प्रोफेशनल्स तयार होऊ लागले. या सर्वांना अमेरिकेत किंवा युरोपमध्ये नोकरी द्यायची तर बराच जास्त पगार द्यावा लागत होता, त्यामुळे मोठमोठ्या मल्टीनॅशनल कंपन्यांनी भारताच आपल्या सॉफ्टवेअर टेक्नॉलॉजीच्या कंपन्या स्थापन करायला सुरुवात केली. अनेक भारतीय कंपन्यांनी आपल्या सॉफ्टवेअर डिव्हिजन्स काढल्या आणि

जगभरातील सॉफ्टवेअर बनवण्याचे काम भारतात – तेही प्रामुख्याने बेंगळुरू आणि पुण्यात येऊ लागले. पुढे ते हैद्राबाद आणि दिल्लीतही जाऊ लागले. या सर्व ठिकाणी आयटी हब्ज तयार झाली. आणि भारत या नव्या 'जग एक खेडे' या रचनेत सॉफ्टवेअरचा सर्वात मोठा निर्यातदार बनला.

कोविडच्या निमित्ताने ही संपूर्ण व्यवस्था कोलमडली, कारण जगाची आरोग्यव्यवस्थाच कोसळली होती. पाठोपाठ युरोपची अर्थव्यवस्था डगमगू लागली. अमेरिकन अर्थव्यवस्थेलाही आपल्या अर्थधोरणांबद्दल पुनर्विचार करण्याची वेळ आली. या सर्व परिस्थितीत भारतीय अर्थव्यवस्था टिकून राहिली कारण भारत निर्यात करत असलेल्या आयटी सॉफ्टवेअर्सच्या मनुष्यबळाने बौद्धिक संपदा निर्यात होत असली, तरी नैसर्गिक संपदा तशीच होती. कोविड काळात वस्तूंचे वितरण जवळजवळ थांबले होते, पण इंटरनेटचा वापर करून निर्माण केलेले सॉफ्टवेअर एका क्लिकवर जगाच्या एका टोकापासून दुसऱ्या टोकाला पोहोचत होते. चीनला मात्र तेथील वस्तू देशाबाहेर पाठवताच आल्या नाहीत. याचा परिणाम म्हणजे चीनच्या अर्थव्यवस्थेलाही मोठा धक्का बसला आणि आता व्यावसायिक सूत्रे भारताकडे येताना दिसत आहेत.

कोविड काळात हा सर्व विचार मनाशी चालू असतानाच मी ठरवले की कोविडनंतरचा आपला व्यवसाय हा निसर्गाचे संवर्धन करेल असा असला पाहिजे, तसेच शाश्वत विकासासाठी आवश्यक असलेल्या पाच 'आर'चा म्हणजे 'रिफ्यूज, रियुज, रिपेअर, रिसायकल, रिपर्पज'चा प्रसार-प्रचार करणे पृथ्वीच्या संरक्षणासाठी गरजेचे आहे. ई-वेस्ट मॅनेजमेंटचेही मोठे संकट मानवासमोर उभे राहिले आहे. या सर्वांचा विचार करायचा असेल आणि योग्य तो बदल घडवून आणायचा असेल तर शालेय-महाविद्यालयीन विद्यार्थ्यांपर्यंत पोहोचले पाहिजे. नव्या पिढीला योग्य शिक्षण मिळाले आणि त्यांना भविष्यातल्या संकटाची जाणीव झाली तर ही तरुण पिढीच जगाचे काही तरी भले करेल असे मला तीव्रतेने वाटू लागले.

याच काळात माझ्या वाचनात ग्रेटा थनबर्ग या स्वीडिश मुलीची गोष्ट आली आणि मी भारावून गेलो.

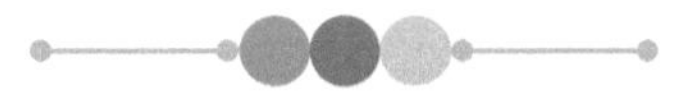

श्री. सौरभ गौर, सहसचिव, इलेक्ट्रॉनिक्स आणि माहिती तंत्रज्ञान मंत्रालय

शाश्वत विकासाच्या प्रेरणा
ग्रेटा थनबर्ग आणि भारतीय पर्यावरणवादी

पर्यावरणाचे रक्षण करण्यासाठी कुठलेही ठोस पाऊल न उचलता फक्त बोलत राहणाऱ्या लोकांच्या मोहिमांना ग्रीन वॉशिंग असे म्हटले जाते. मला फक्त बोलायचे नव्हते तर काहीतरी कृती करण्याची इच्छा होती.

कोविडचा काळ हा सर्वांच्याच दृष्टीने भयानक होता. कोविडआधीचे जग आणि कोविडनंतरचे जग असे दोन स्पष्ट भाग करता येतील इतके कोविडने सर्वांचे जीवन बदलले. या काळाचा सर्वात मोठा फायदा म्हणजे सातत्याने धावणाऱ्या जीवनाला ठहराव मिळाला, थोडी उसंत मिळाली. स्वतःबद्दल आणि समाजाबद्दल विचार करायला वेळ मिळाला. या काळात अनेक नवनव्या गोष्टी वाचनात आल्या. त्याच काळात शाश्वत विकासाची संकल्पना डोक्यात आली. इतके दिवस आपण प्रामुख्याने प्रशिक्षण क्षेत्रात काम करताना नोकरीच्या संधी वाढवण्यासाठी काम करत होतो. आता पर्यावरण क्षेत्रात व विशेषतः शाश्वत विकासाच्या क्षेत्रात नोकरीच्या संधी निर्माण करून या दोन्ही विषयांची सांगड घालता येईल का, याचा विचार होऊ लागला. एक उद्योजक या नात्याने मला वाटते की, माझे काम समस्या मांडणे हे नसून समस्येवर उत्तर शोधणे हे आहे. उद्योगांमुळे समस्या निर्माण होत असतील तर

त्यांचे उत्तर उद्योजकीय मानसिकतेतूनच मिळेल याचा विश्वास मला वाटतो. त्या दृष्टीने कोणत्याही उद्योजकाला समस्येच्या मुळाशी जाण्यासाठी अभ्यास करावा लागतो. बाजारपेठेची नेमकी गरज काय आहे, ते ओळखावे लागते आणि त्यानुसार सेवा किंवा वस्तूंचा पुरवठा करावा लागतो. त्याप्रमाणे मी ही समस्या नेमकी काय आहे याबद्दल इंटरनेटवरून माहिती गोळा करू लागलो तेव्हा ग्रेटा थनबर्ग आणि भारतातील पर्यावरणाची समस्या मांडणाऱ्या सामाजिक कार्यकर्त्यांच्या काही कथा मला वाचायला मिळाल्या. या कथांमधून शिकायला मिळाले तसेच या समस्येची तीव्रताही कळली.

त्याचप्रमाणे माझ्यातील व्यापारी मनाला जाणवले की ज्या अर्थी जगाला, विशेषतः नव्या पिढीला पर्यावरण रक्षणाची गरज ही सर्वात मोठी वाटते आहे — कारण ती थेट नव्या पिढीच्या जन्ममरणाशी संबंधित आहे — म्हणजेच या क्षेत्रात कामाचीही तितकीच गरज निर्माण होणार आहे. शाश्वत विकासाच्या कामांसाठी मोठे प्रशिक्षित मनुष्यबळ लागणार आहे. हा भावनिक मुद्दा नसून व्यावहारिक मुद्दा आहे. यंत्र आणि तंत्रज्ञानाने माणसाची सर्व कामे सुलभ केली, मात्र हे करत असताना निसर्गाची अतोनात हानी झाली. यापुढे मात्र निसर्गाची हानी न करणारे किंवा कमीत कमी करणारे तंत्रज्ञान विकसित करावे लागणार आहे. किंवा निसर्ग संरक्षणासाठी माहिती-तंत्रज्ञानाचा वापर करून निसर्ग संवर्धनासाठी आपली बुद्धिमत्ता, यंत्रे व तंत्रज्ञानाचा वापर करणारे संवेदनशील मनुष्यबळ निर्माण करावे लागणार आहे. मग या पुढील प्रवास त्या दिशेनेच का करू नये, असा विचार करून मी याविषयी अधिक माहिती गोळा करायला लागलो. यातील काही कथा आपण आपला विषय समजून घेण्याकरता जरूर वाचल्या पाहिजेत, कारण एस्पायर नॉलेज अँड स्किल्स या कंपनीची आणि माझी पुढील वाटचाल कशी राहणार आहे हे समजण्यासाठी मूळ समस्या समजून घेणे गरजेचे आहे.

ग्रेटा टिनटिन एलिओनोरा एर्नमन थनबर्ग

ग्रेटाचा जन्म ३ जानेवारी २००३ रोजी स्वीडनमध्ये झाला. वयाच्या पंधराव्या वर्षी, ऑगस्ट २०१८मध्ये ग्रेटा स्वीडनच्या संसदेबाहेर हातात फ्लायर्स घेऊन बसली. हवामान बदलावर कठोर कारवाईची मागणी करणारे फ्लायर्स तिच्या हातात होते. तिच्या या कृतीकडे साऱ्या जगाचे लक्ष वेधले गेले. दर शुक्रवारी ती संसदेच्या बाहेर

बसत असे. तिच्या या कृतीला 'फ्रायडे फॉर फ्यूचर' या नावाने ओळखले जाते. ग्रेटाचे म्हणणे आहे की मागील शतकातील पिढीने बेजबाबदारपणे निसर्गाचा नाश केला. त्यामुळे हवामान बदलाचे दुष्परिणाम आमच्या पिढीवर होत आहे. नव्या पिढीच्या सुरक्षित भविष्यासाठी जगभरातील सर्वच सरकारांनी हवामान बदल, शाश्वत विकास यांसारखे प्रश्न ऐरणीवर घेऊन सोडवले पाहिजेत तरच आमचे भविष्य टिकून राहील. आमच्या पिढीचे भवितव्य उद्ध्वस्त करण्याचा, निसर्गाचा नाश करण्याचा या सरकारला कोणताही हक्क नाही. स्विडीश संसदेचा निषेध करताना तिने सांगितले की जोपर्यंत स्वीडन १०१५ पॉरिस हवामान कराराचे पालन करत नाही, तोपर्यंत दर शुक्रवारी ती या ठिकाणी येऊन निषेध करेल.

ग्रेटाच्या या भूमिकेचे जगभरातील पर्यावरणवाद्यांनी स्वागत केले आणि इतर विद्यार्थीही तिच्या या चळवळीत सामील व्हायला सुरुवात झाली. तिच्या चळवळीची लोकप्रियता इतकी वाढली की तिला २०१८च्या संयुक्त राष्ट्रांच्या हवामान बदल परिषदेत भाषण करण्यासाठी आमंत्रित करण्यात आले. त्यानंतर २०१९च्या क्लायमेट ॲक्शन समिटमध्ये बोलताना तिने 'हाऊ डेअर यू' असा थेट प्रश्न जगभरातील नेत्यांना विचारला.

तिच्या या विधानाची दखल अमेरिकेचे माजी राष्ट्राध्यक्ष बराक ओबामांसह अनेक राष्ट्राध्यक्षांनी घेतली आणि हवामान बदलाच्या संकटाला तोंड देण्यासाठी आपण काय करतो आहोत, ते सांगायला सुरुवात केली. यामुळे 'द गार्डीयन'सारख्या माध्यमांनी या घटनेला 'ग्रेटा इफेक्ट' असे नाव दिले. अतिशय लहान वयात ग्रेटाला अनेक सन्मानांनी पुरस्कृत करण्यात आले. 'टाइम'ने जगातील शंभर प्रभावी व्यक्तिमत्त्वांत तिला स्थान दिले.

ग्रेटाचे हे ग्रेट कार्य वयाच्या आठव्या वर्षापासून तिच्या घरापासूनच सुरू झाले होते. सर्वप्रथम तिच्या पालकांना तिने कार्बन फूट प्रिंटचे महत्त्व पटवून दिले आणि विमानाचा प्रवास आवश्यक तितकाच करा, शाकाहार करा, सायकल चालवा असा आग्रह धरला आणि या आकडेवारीतून कार्बन फूट प्रिंट कसा कमी होतो, ते दाखवून दिले. निसर्गाचा नाश करणे म्हणजे आम्हां मुलांचे भविष्य धोक्यात आणणे आहे हे तिचे म्हणणे तिच्याच नव्हे तर अन्य पालकांनाही पटले आणि ते तिच्या चळवळीत सहभागी झाले.

ग्रेटा थनबर्गसारख्या लहान मुलीने सुरू केलेली ही चळवळ जगभर पसरली आणि लोकप्रिय झाली याचे कारण ती सध्या भेडसावणाऱ्या समस्यांबद्दल जे विचार मांडते आहे, ते आपण रोजच अनुभवत आहोत. आपली पृथ्वी वाचवू शकलो, तरच आपल्या मुलांचे भवितव्य सुखकर आहे याची जाणीव रोजच होत होती; पण नेमके काय करायचे, ते समजत नव्हते. गोरेगावातून पुण्यात आल्यानंतर झालेला जीवनमानातील बदल, पुण्यात गेला तीस वर्षांत जाणवलेला हवामानातील बदल, मी रोजच अनुभवत होतो. ग्रेटाच्या ग्रेट गोष्टींनी विचारांना दिशा मिळाली आणि यासंदर्भात काही तरी करावे असा आवाज आतून येऊ लागला.

ग्रेटाची ही पर्यावरण चळवळ लोकप्रिय होण्यामागे सोशल मीडियाचा वाढलेला प्रभाव आहे असे मला वाटते. ग्रेटाने इन्स्टाग्रामवर पोस्ट केलेले फोटो व्हायरल झाले आणि तिच्यासारख्या विचारांच्या कार्यकर्त्यांनाही तिला पाठिंबा देता आला याचे कारण इंटरनेट आणि सोशल मीडियामुळे वेगाने माहिती पसरते हे लक्षात आलं. ग्रेटा थनबर्गने एक वर्ष शाळेतून सुट्टी घेऊन हवामान बदलाच्या प्रचारासाठी दिले. या सबॅटॉकल (sabbatical) वर्षाचीही खूप चर्चा झाली. तिच्या विचारांची दखल जगातील सर्वच देशांनी घेतली. बालहक्क संरक्षण कायद्याच्या अंतर्गत तिने जे देश कार्बन उत्सर्जन थांबवत नाहीत, अशा फ्रान्स, जर्मनी, अर्जेंटिना, ब्राझील, तुर्कीसारख्या देशांना कायदेशीर नोटीस देऊन 'आम्हां बालकांचे भवितव्य नष्ट करण्याचा तुम्हांला काहीही अधिकार नाही' असे ठणकावून सांगितले.

ग्रेटाबद्दलच्या वाचनाने पर्यावरणाबद्दल जागरूकता वाढली; पण पुढे तिने आपल्या देशातील राजकारणात लक्ष घालून भारत सरकारविरुद्ध केलेल्या शेतकरी आंदोलनासाठी टूलकीट ट्विट केले, तेव्हा लाखो भारतीयांप्रमाणेच माझ्याही मनातून तिच्याबद्दलचा आदर कमी झाला. भारतीय समस्यांची पुरती माहिती नसताना, केवळ वरवरच्या गोष्टींनी प्रभावित होऊन प्रसिद्धीसाठी प्रतिक्रिया देण्याचे काम ती करते असे वाटू लागले. ग्रेटाच्या या वर्तणुकीमुळे तिच्यावर मानसिक रुग्ण असण्याचे आरोपही झाले. त्यामुळे ती माझ्या मनातून व्यक्ती म्हणून उतरली असली तरी कोविडनंतर तिच्या कार्याचे महत्त्व सर्वांनाच जाणवले तसे मलाही जाणवले.

भारतात या प्रकारे अनेकांनी आंदोलने केली आहेत, हेही लक्षात आले. भारताच्या मणिपूर प्रांतातील बशीखोंग गावातील लिकीप्रिया कागुंजम या २ ऑक्टोबर २०११ या दिवशी जन्मलेल्या बाल-पर्यावरण कार्यकर्तीने वयाच्या

सातव्या वर्षापासून आंदोलन करायला सुरुवात केली आणि २०१९मध्ये स्पेनच्या माद्रीदमध्ये भरलेल्या संयुक्त राष्ट्र हवामान बदल परिषदेत 'सव्हॉवयल किट फॉर फ्यूचर' सादर करून पर्यावरणाबद्दलचे विचार मांडले.

भारतातही पर्यावरणासंबंधी अनेकांनी अनेक प्रकारे काम केले आहे. भारतातील उत्तराखंडमध्ये टेहरी भागात झालेले सर्वात प्रसिद्ध आंदोलन म्हणजे सुंदरलाल बहुगुणा यांनी उभारलेलं 'चिपको आंदोलन'. वृक्षतोडीविरुद्ध त्यांनी झाडांना मिठ्या मारून हे आंदोलन केले होते. सुंदरलाल बहुगुणांची पत्नी विमला बहुगुणा यांनीच ही कल्पना सुचवली होती. पर्यावरण क्षेत्रात हवामान बदलाबद्दल जागरूकता निर्माण करण्याचे काम करणाऱ्या भारतातील अनेक व्यक्तींची माहिती मला मिळाली. काहींशी थेट संपर्कही झाला. नर्मदा बचाव आंदोलनाच्या कार्यकर्त्या मेधा पाटकर, माहितीपटांच्या माध्यमातून पर्यावरणविषयक जागरूकता निर्माण करणारे फिल्ममेकर माईक पांडे, हिमाचल प्रदेशातील बेकायदा खाणींविरुद्ध काम करणाऱ्या किंकरी देवी, आसाममधील 'फॉरेस्ट मॅन' म्हणून ओळखले जाणारे पद्म श्री जादव मोईली पेयांग – ज्यांनी आयुष्यभर जंगल लावण्याचे आणि वाढवण्याचे काम केले. आपल्या आयुष्याची ३० वर्षे सतत म्हणजे रोज एक झाड लावण्याचे काम करून या वनपुरुषाने १,३६० एकर जमिनीवर एकट्याने जंगल लावले व जोपासले, याच प्रकारे भारत सरकारने पद्म श्री पुरस्काराने गौरवलेल्या कर्नाटकातील तुलसी गौडा या आदिवासी महिलेने ३० हजारांहून अधिक झाडे लावून पर्यावरणासाठी मोठे काम केले आहे. याचप्रमाणे भारताचे 'वॉटरमॅन' म्हणून ओळखले जाणारे 'मॅगेसेसे' पुरस्काराने सन्मानित राजेंद्रसिंग हे राजस्थानमधील अलवार जिल्ह्यातील पर्यावरणवादी कार्यकर्ते आहेत. त्यांनी राजस्थानातील पारंपरिक पाणी साठवणाऱ्या जोहडांचे पुनर्भरण केले आणि जलव्यवस्थापनाची मोठी चळवळ सुरू केली. त्यांनी आपल्या 'तरुण भारत संघ' या संस्थेच्या माध्यमातून अकरा जिल्ह्यांतील ४,५०० हून अधिक जोहडांची पुनर्बांधणी केली. 'भारताचा जलपुरुष' म्हणून ओळखल्या जाणाऱ्या राजेंद्रसिंग यांना भेटण्याची व त्यांच्याशी बोलण्याची संधी मला मिळाली. त्यांच्या या कार्याने मी फारच प्रभावित झालो आणि माझ्याही मनात पर्यावरणासाठी काही करावे असे विचार येऊ लागले.

मी जसजसा स्वतःबद्दल विचार करू लागलो, तसे माझ्या लक्षात येऊ लागले की माझा पिंड काही ग्रेटा किंवा या अन्य भारतीय महान सामाजिक

कार्यकर्त्यांसारखा नाही. सामाजिक कार्याचे व कार्यकर्त्यांचे आकर्षण वाटत असले तरी ते मला शक्य नाही. मी लहानपणापासून व्यवसाय केला आहे. माझे कुटुंब आणि माझ्यावर झालेले संस्कार व्यापाराचे, व्यावसायिकाचे आहेत. त्यामुळे व्यवसायाच्या माध्यमातूनच आपल्या हातून जे सामाजिक कार्य घडेल ते करण्यासाठी मी प्रयत्नशील असतो. शिक्षणक्षेत्रातील व्यवसायाच्या निमित्ताने माझा युवकांशी संपर्क येतो. त्यांना रोजगार उपलब्ध करून देताना त्यांच्या भविष्याबद्दल चिंता वाटत होती. त्यामुळे शाश्वत विकासासाठी काही तरी केले पाहिजे हे मला जाणवत होते. पर्यावरणाचे रक्षण करण्यासाठी कुठलेही ठोस पाऊल न उचलता फक्त बोलत राहणाऱ्या लोकांच्या मोहिमांना 'ग्रीनवॉशिंग' असे म्हटले जाते. मला फक्त बोलायचे नव्हते तर काही तरी कृती करण्याची इच्छा होती. आपण आपल्या क्षेत्रात काम करत असताना शाश्वत विकासासाठी शैक्षणिक आणि व्यावसायिक क्षेत्र यांची सांगड घालून काही करू शकतो का, यावर चिंतन करत असतानाच मला ए-स्टोअरची संकल्पना सुचली.

पण ए-स्टोअरची संकल्पना समजून घेण्यासाठी शाश्वत विकास आणि त्यासाठी चाललेले जगभरातील प्रयत्न, SDGs म्हणजे सस्टेनिबिलिटी डेव्हलपमेंट गोल्स तसेच पाच आर (5R) म्हणजे काय ते आधी समजून घेतले पाहिजे.

पद्म श्री प्रताप पवार

श्री. अरविंद क्षोत्री, सी.ई.ओ. टेलिकॉम सेक्टर स्किल काउन्सिल

उद्योग क्षेत्रातील मान्यवरांची शाबासकी

श्री. एन. के. महापात्रा, सी.ई.ओ. (माजी), इलेक्ट्रॉनिक्स सेक्टर स्किल

मा. शालिनी सिंग, सीईओ, कॅपिटल गुड्स अँड स्ट्रॅटेजिक स्किल काऊन्सिल

विभाग ३

'राइट टू रिपेअर'

लोकांचे मानवी हक्क नाकारणे म्हणजे मानवतेला नाकारणे
– नेल्सन मंडेला

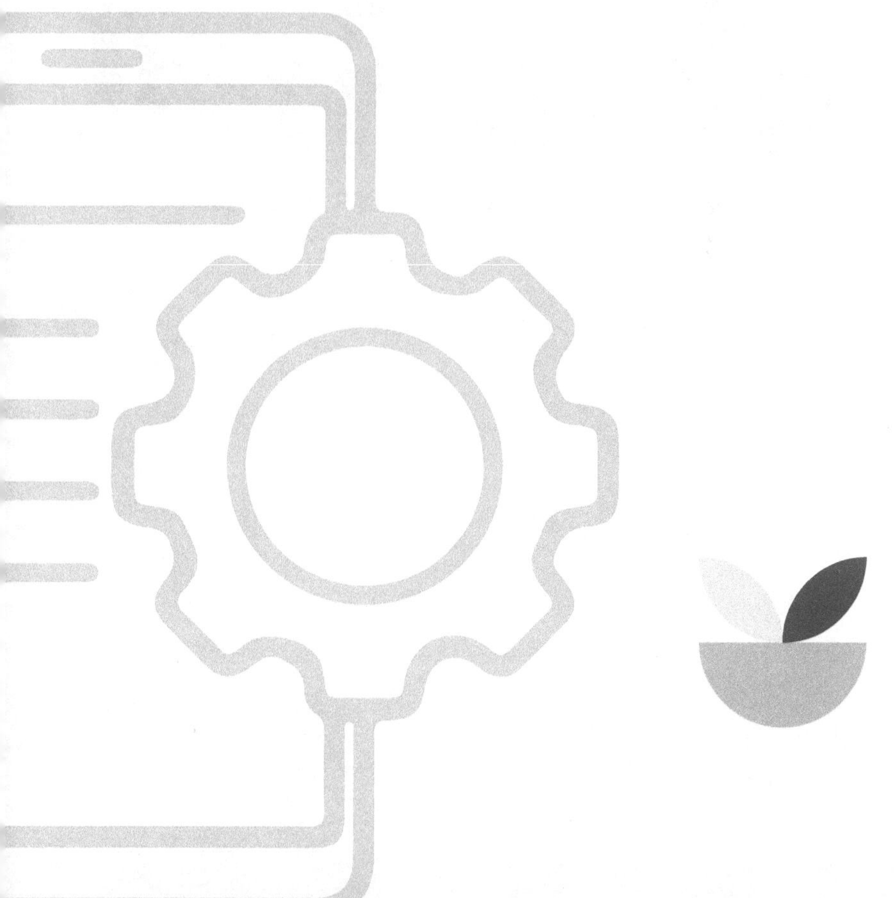

डॉ. मोना गुप्ता, सीईओ, डॉमेस्टिक वर्कर्स सेक्टर स्किल काऊन्सिल

पाच आर आणि शाश्वत विकासाच्या उद्दिष्टांचे महत्त्व

शाश्वत विकास म्हणजे भविष्यातील पिढ्यांच्या गरजा पूर्ण करण्याच्या क्षमतेशी तडजोड न करता वर्तमानातील गरजा पूर्ण करणारा विकास!

कोविड काळात प्रकर्षनि जाणवलेली पर्यावरण रक्षण-संवर्धनाची गरज आणि युवकांशी येणाऱ्या संपर्कातून जाणवलेला बेरोजगारीचा प्रश्न या दोन्हींतून आपल्याला काही करता येईल का, याबद्दल विचार करत असताना लक्षात आले की एखादी योजना आखण्याआधी शाश्वत विकास या संकल्पनेबद्दल जाणून घेणे खूप गरजेचे आहे. शाश्वत विकासाची उद्दिष्टे नीट समजल्यावर त्यांना मध्यवर्ती स्थान देऊन काय काय योजना आखता येतील, याचा विचार करावा लागेल.

शाश्वत विकासाची संकल्पना आणि उद्योजकता याबद्दलच्या माझ्या संकल्पना जेव्हा मी एनव्हायर्नमेंटल सस्टेनेबल गव्हर्नन्स (ESG) समिटला गेलो होतो तेव्हा स्पष्ट झाल्या. तिथे या पुढील काळात उद्योग क्षेत्रातील इएसजी फ्रेमवर्क किती महत्त्वाचे आहे याची जाणीव झाली.

'शाश्वत विकास किंवा सस्टेनेबल डेव्हलपमेंट म्हणजे भविष्यातील पिढ्यांच्या स्वतःच्या गरजा पूर्ण करण्याच्या क्षमतेशी तडजोड न करता, वर्तमानातील गरजा पूर्ण करणारा विकास.' आपण मनुष्याच्या विकासासाठी निसर्गाचा अशा प्रकारे वापर करून घेतला पाहिजे की, जेणेकरून पर्यावरणाला हानी पोहोचणार नाही आणि निसर्ग व विकासाचेही संतुलन राखले जाऊ शकेल. जो विकास प्रत्येक पिढीच्या मूलभूत गरजा धोक्यात न आणता पूर्ण करतो, त्याला 'शाश्वत विकास', असे म्हणतात.

शाश्वत विकासाचे उद्दिष्ट म्हणजे आपल्या आर्थिक, पर्यावरणीय आणि सामाजिक गरजा संतुलित करणे, आताच्या आणि भावी पिढ्यांना समृद्धी मिळवून देणे. शाश्वत विकासात सामाजिक प्रगती आणि समानता, पर्यावरण संरक्षण, नैसर्गिक संसाधनांचे संवर्धन आणि स्थिर आर्थिक वाढ यांचा समावेश होतो.

शाश्वत विकास ध्येये (Sustainable Development Goals – SDG)

हा भविष्यकालीन आंतरराष्ट्रीय विकास संबंधित ध्येयांचा संच आहे. ही ध्येये संयुक्त राष्ट्रसंघ म्हणजेच युनायटेड नेशन्सने बनवली असून त्यांना 'शाश्वत विकासासाठीची जागतिक ध्येये' अशी मान्यता देण्यात आलेली आहेत. या आधी २०१५पर्यंत संयुक्त राष्ट्रसंघाची ध्येये 'मिलेनियम गोल्स' (Millennium Goals) म्हणून ओळखली जायची ज्यामध्ये ८ विविध उद्दिष्टांतून २०१५पर्यंत प्रामुख्याने गरीब देशांतील सामाजिक व आर्थिक सुधारणा करणे हे मुख्य ध्येय होते. या सहस्रक (मिलेनियम) विकास ध्येयांची मुदत वर्ष २०१५च्या शेवटी संपली आणि त्यांची जागा शाश्वत विकास ध्येयांनी घेतली आहे. सन २०१५पासून २०३०पर्यंत ही ध्येये लागू असतील. यात एकूण १७ ध्येये असून या ध्येयांसाठी १६९ विशिष्ट उद्दिष्टे ठेवण्यात आली आहेत.

सन २०१५च्या ऑगस्टमध्ये १९३ देशांनी खालील १७ ध्येयांना मान्यता दिली आहे

१. **दारिद्र्य निर्मूलन :** जगभरातील, सर्व स्वरूपातील दारिद्र्य/गरिबी नष्ट करणे.

२. **भूक निर्मूलन** : कोणीही उपाशी राहणार नाही, याची तजवीज करणे. अन्नाची सुरक्षितता व सुधारित पौष्टिकता साध्य करणे आणि शाश्वत शेतीचा प्रचार व प्रसार करणे.

३. **चांगले आरोग्य** : निरोगी आयुष्याची खात्री करणे आणि सर्व वयोगटांमधील लोकांना स्वास्थ्य राखण्यास मदत करणे.

४. **दर्जेदार शिक्षण** : सर्वांसाठी सर्वसमावेशित व योग्य शिक्षणाची खात्री करणे आणि सर्वांना आयुष्यभर शिक्षणाच्या सुसंधी मिळवून देण्यासाठी मदत करणे.

५. **लैंगिक समानता** : लैंगिक समानता साध्य करणे आणि सर्व महिला व मुलींना समान अधिकार देणे.

६. **शुद्ध पाणी आणि आरोग्यदायक स्वच्छता** : सर्वांसाठी पेयजल आणि आरोग्यदायक स्वच्छता उपलब्ध असल्याची खात्री करून घेणे आणि त्याची व्यवस्था बघणे.

७. **नूतनीकरण करण्याजोगी आणि स्वस्त ऊर्जा** : सर्वांना स्वस्त, विश्वसनीय, शाश्वत आणि आधुनिक ऊर्जा उपलब्ध असल्याची खात्री करून घेणे.

८. **चांगल्या नोकऱ्या आणि तत्संबंधी अर्थशास्त्र** : सर्वांसाठी, कायम चालू ठेवलेली (सस्टेन्ड), सर्वसमावेशक व शाश्वत आर्थिक वाढ, पूर्ण आणि फलदायक कामधंदा/नोकरी आणि योग्य काम मिळवून देण्यास मदत करणे.

९. **नवीन उपक्रम आणि पायाभूत सुविधा** : विविध लवचीक पायाभूत सुविधा उभारणे, सर्वसमावेशक व शाश्वत उद्योगीकरण आणि भरभराटीस साहाय्य करणाऱ्या नवीन उपक्रमांना मदत करणे.

१०. **असमानता कमी करणे** : सर्व देशांमधील अंतर्गत व देशांची आपापसातील असमानता कमी करणे.

११. **शाश्वत शहरे व वसाहती** : शहरे व मानवी समाजांना सर्वसमावेशक, सुरक्षित, संवेदनक्षम आणि शाश्वत बनवणे.

१२. **उपलब्ध साधनांचा जबाबदारीपूर्वक वापर** : साधनांचा शाश्वत उपभोग आणि उत्पादन नमुना याची खात्री करून घेणे.

१३. **हवामानाचा परिणाम** : हवामानातील बदल आणि त्याचे परिणाम यांचे निराकरण करण्यासाठी त्वरित उपाययोजना करणे.

१४. **महासागरांचा शाश्वत विकास** : शाश्वत विकासासाठी महासागर, समुद्र आणि सागरी साधने यांचे जतन करणे व त्यांचा सातत्याने वापर करणे.

१५. **जमिनीचा शाश्वत उपयोग** : जमिनीवरील पर्यावरण संस्थेचे रक्षण करणे, त्याची पुनःस्थापना करणे, त्याचा शाश्वत वापर करण्यास मदत करणे, सातत्याने जंगलांची व्यवस्था बघणे, जंगले ओसाड होण्यापासून वाचवणे, जमिनीची धूप थांबवणे व धूप झालेल्या जमिनीची पुनःस्थापना करणे आणि जैवविविधतेची हानी होण्यापासून रोखणे.

१६. **शांतता आणि न्याय** : शाश्वत विकासासाठी शांतताप्रिय आणि सर्वसमावेशक समाजांना प्रोत्साहन देणे, सर्वांना न्याय मिळवून देणे, सर्व पातळींवर कार्यक्षम, जबाबदार आणि सर्वसमावेशक संस्था स्थापन करणे.

१७. **शाश्वत विकासासाठी भागीदारी** : शाश्वत विकासाची पूर्तता करण्याच्या पद्धती अधिक बलशाली करणे आणि जागतिक भागीदारांमध्ये शाश्वत विकासासाठी नवचैतन्य निर्माण करणे.

शाश्वत विकासाची ही १७ ध्येये जरी २०१५मध्ये ठरवली गेली असली, तरी ती सामान्य माणसांपर्यंत पोहोचली नव्हती किंवा याबाबत गंभीरपणे कुणी विचारही करत नव्हते, पण जेव्हा कोरोनासारख्या महामारीने संपूर्ण जगाला वेठीस धरले; तेव्हा सर्वसामान्य लोकांनाही या शाश्वत विकास ध्येयांचे महत्त्व कळले.

निसर्गाची हानी करून माणसांनी आपल्याच पायावर कशी कुऱ्हाड मारून घेतली आहे, ते कोविडमुळे सगळ्यांना समजले. कोविड काळात लोक घरात अडकून पडले. जगाचे सगळे व्यवहार घरात बसून स्मार्टफोन आणि संगणकाचा वापर करून होऊ लागले. या अचानक उद्भवलेल्या संकटाला तोंड देण्यासाठी जग आणखी जवळ आले आणि सगळेच शाश्वत विकासाबद्दल गंभीरपणे चर्चा करू लागले.

यातील महत्त्वाचा बदल म्हणजे सरकारवर अवलंबून न राहता सामान्य माणसांनीही शाश्वत विकासासाठी शासन करत असलेल्या प्रयत्नांना हातभार

लावला पाहिजे हे जाणवले आणि जगभरातील अनेक संस्था अशासकीय सामाजिक संस्था, कंपन्या हे सर्व एकत्र येऊन काम करू लागले.

कोविडनंतर जग प्रचंड बदलले. कोविडच्या आधीचे जग आणि नंतरचे जग असे सरळ सरळ दोन भाग बनले. कोविडनंतरच्या जगात घरात बसून काम करण्याचे प्रमाण वाढले. दैनंदिन कामात स्मार्टफोन्सचा वापर प्रचंड वाढला. त्यासाठी विविध ॲप्स निघू लागले. किंबहुना कोविडच्या आधीची वेबसाईटची जागा मोबाईल ॲप्सने घेतली आणि प्रत्येक व्यवहार स्मार्टफोन्सच्या माध्यमातून व्हायला लागला. हा फार मोठा बदल होता. आता या स्मार्टफोन्सचाच विचार करून सर्व कामे करणे भाग होते.

कोविडनंतरच्या काळात स्मार्टफोन्सनी सर्वच इलेक्ट्रॉनिक साधनांची जागा घेतली. जसजसा फोनच्या प्रक्षेपणात विकास होऊ लागला, आणि मोबाईल स्मार्ट बनला, तसा तो प्रत्येकाच्या हातात दिसू लागला. 2G, 3G, नंतर 4G आले आणि आता 5G नंतर तो प्रत्येक व्यक्तीच्या जीवनाचा भाग बनला आहे. विद्यार्थी, नोकरदार, अधिकारी, मालक, कामगार, व्यवस्थापक सारेच स्मार्टफोन वापरू लागले. विविध ॲप्सचा वापर करून आर्थिक व्यवहार करू लागले. बँकेत न जाता युपीआयच्या द्वारे पेमेंट होऊ लागले. रस्त्यावरच्या म्हाताऱ्या भाजीवाल्यांकडेही 'क्यू आर कोड' दिसू लागला. 'स्विगी', 'झोमॅटो' तर सर्वांच्या घरचेच पाहुणे झाले. किराणा, कपडे, वस्तू, भांडीकुंडी सगळेच ॲमेझॉनवरून मोबाईलच्या साहाय्याने मागवता येऊ लागले. फक्त आर्थिक व्यवहारच नव्हे तर सामाजिक व्यवहारांसाठी मोबाईलवरचे सोशल ॲप उपयोगी पडू लागले. मित्रांचे, नातेवाइकांचे, ऑफिसमधल्या सहकाऱ्यांचे, इतकेच नव्हे तर शाळा-महाविद्यालयातील माजी विद्यार्थ्यांचे व्हॉट्सॲप ग्रुप बनू लागले आणि या ग्रुप्सच्या माध्यमातून रोज आणि सतत चर्चा घडू लागल्या. हा बदल भारतातल्या सर्व स्तरांत घडला.

असं म्हणतात की भारताच्या लोकसंख्येपेक्षाही जास्त मोबाईल क्रमांक भारतात आहेत. दर शंभर जणांमागे एकशे दहा मोबाईल असणाऱ्या या देशात सर्वांत मोठी गरज मोबाईलमार्फत होणाऱ्या व्यवहारांची आहे. कोरोनानंतर हे सिद्ध झाले. ज्याप्रमाणे गाड्यांची संख्या वाढली की पेट्रोलची गरज सर्वांत मोठी बनते, त्याचप्रमाणे आता डाटाची उपलब्धता ही सर्वांत मोठी गरज बनली आहे. दिवसेंदिवस ही गरज वाढतेच आहे. 'डाटा इज नेक्स्ट ऑईल' असं काही

दिवसांपूर्वी म्हटले जात होते, ते आता सिद्ध होऊ लागले आहे. कारण सर्वसामान्य माणसाचा दिवस जर आपण पाहिला तर त्याचा वेळ मोबाईलवर विविध ॲपवरून खरेदी करणे, चॅट करणे किंवा चॅनेल्स, इन्स्टाग्राम आदी पाहण्यात जाऊ लागला आहे. मोबाईलवर वेळ घालवण्याची भारतीयांची २०२३मध्ये सरासरी ४.९ तास आहे. याचाच अर्थ सर्वांत जास्त खर्च मोबाईल डेटावर केला जातो. म्हणून तर प्रत्येक भारतीय माणसाचा जीव मोबाईलमध्ये अडकलेला असतो, असं म्हणतात ते खरंय. कारण त्याचे सर्वच सामाजिक, राजकीय, आर्थिक, कौटुंबिक व्यवहार मोबाईलद्वारेच होतात. मोबाईल हरवला किंवा खराब झाला की प्रत्येकालाच अस्वस्थ व्हायला होते. एवढेच काय, मोबाईल थोडा वेळ जरी नजरेआड झाला तरी माणूस लगेच मोबाईल शोधायला लागतो. मोबाईल हँडसेट आता एखाद्या दागिन्यासारखा प्रतिष्ठेचे प्रतीक बनला आहे. ॲपलचे लेटेस्ट मॉडेल आपल्या संग्रही हवे म्हणून अनेक जण ॲपल शोरूमच्या बाहेर मध्यरात्रीपासून रांगा लावतात. ही क्रेझ जगभर पाहायला मिळते, याचे कारणच मोबाईल हँडसेटला आपण आपल्या खूप जवळच्या मित्रासारखे स्थान दिले आहे. मोबाईलच्या सोबतीशिवाय जगणे कल्पनेपलीकडचे आहे.

कोरोनाच्या काळात घरातच अडकून पडल्यामुळे जेव्हा मला शांतपणे विचार करायला वेळ मिळाला, तेव्हा मी मोबाईल हँडसेट्सनी मोठ्या प्रमाणावर निर्माण केलेल्या बाजारपेठेचाच विचार करत होतो. या सर्व विकासाचे जसे फायदे आहेत, तसेच तोटेही आहेत आणि हे माणसालाच सहन करावे लागणार आहेत हे माझ्या लक्षात येऊ लागले. त्याचप्रमाणे माणसांच्या वेगवेगळ्या गरजाही लक्षात यायला लागल्या. आपल्या प्रत्येकाच्या जीवनात मोबाईलला जे स्थान मिळाले आहे, त्यामुळे मोबाईल हँडसेटची गरज ही सातत्याने असणार आहे, त्याचप्रमाणे त्यासाठी आवश्यक असणाऱ्या नैसर्गिक साधनसंपत्तीची गरजही अविरत लागणार आहे.

मी विचार करू लागलो की एक मोबाईल हँडसेट बनवायला कोणत्या नैसर्गिक साधनांची गरज भासते? तेव्हा लक्षात आले की सिलिकॉन २४.८%, प्लास्टिक - २२.९%, आयर्न - २०.४७%, ॲल्युमिनियम - १४.१७%, कॉपर - ६.९३%, लीड - ६.३%, झिंक - २.२%, टीन - १%, निकेल - ०.८५%, बेरियम - ०.०३% याशिवाय ऑईल शेल हायड्रोजन, मोबाईल बॅटरीजमध्ये वापरले जाणारे

लिथियम, बेरील, फ्लुराईट, हॅलाईट, डोलोमाईट अशी किती तरी खनिजे मोबाईल हँडसेटसाठी वापरली जातात.

स्मार्टफोन्सने आपले जीवन स्मार्ट बनवले आहे. आपले कम्युनिकेशन खूप गतिमान केले आहे. जगाच्या कोणत्याही टोकाला आपण सहज संपर्क करू शकतो. प्रवास व वाहतुकीची गरज काही प्रमाणात कमी झाल्याने स्मार्टफोन्समुळे कार्बन फूट प्रिंटमध्ये काही प्रमाणात घट झाली आहे, पण तरीही खनिजांच्या प्रचंड वापरामुळे निसर्गाच्या दृष्टीने हे फोन स्मार्ट आहेत का, हा विचार मनात घोळत होताच.

सोनं, चांदी, कोबाल्ट, टीन, टंगस्टन, तांबे आदी खनिजे मोबाईल आणि अन्य इलेक्ट्रॉनिक वस्तूंमध्ये इतक्या मोठ्या प्रमाणावर वापरली जातात. ही खनिजे भूगर्भातून बाहेर काढण्यासाठी प्रचंड खोलवर उत्खनन करावे लागते आणि त्याचा संपूर्ण पर्यावरणावर, हवामानावर घातक परिणाम होतो आणि हे सांगायला कुणा तज्ज्ञाची गरज नाही.

प्रत्येक वेळी हातातील स्मार्टफोनकडे पाहताना मला पृथ्वीवरच्या नैसर्गिक साधनसंपत्तीच्या ऱ्हासाला आपणही काही अंशी जबाबदार आहोत, ही बोच जाणवायला लागली आणि तीव्रतेने वाटायला लागले की, शाश्वत विकासाच्या संकल्पना सर्वसामान्यांपर्यंत पोहोचवण्यासाठी आपण काही तरी काम केले पाहिजे. मग मी अधिक माहिती घ्यायला सुरुवात केली तेव्हा लक्षात आले की, ज्या प्रमाणात स्मार्टफोन्स आणि अन्य इलेक्ट्रॉनिक वस्तूंना मागणी आहे, त्या प्रमाणात खाण काम वाढणार आहे. ते थांबवणे शक्य नाही पण जगात उपलब्ध असणाऱ्या खनिज वस्तूंचे रिसायकल करून ही गरज काही प्रमाणात तरी कमी करता येईल. याबाबतचे अनेक कायदे अस्तित्वात आहेत, पण फार थोड्या कंपन्या ही सर्व माहिती आपल्या माहितीपत्रकात प्रसिद्ध करतात किंवा इतक्या लहान अक्षरात प्रकाशित करतात की ती वाचताच येत नाही. या साधनांवर छापलेल्या चिन्हांचा तर अर्थही कुणाला माहिती नसतो. जागतिक पातळीवर ई-वेस्टचा म्हणजेच ई-कचऱ्याचा कोणी फार गांभीर्याने विचारही करत नाही. मोठमोठ्या कंपन्या फक्त आपल्या फायद्यासाठी काम करतात, त्यामुळे निसर्गाची हानी होतेच पण संपूर्ण मानवजातीच्या होणाऱ्या नुकसानीमुळे आपलेही नुकसान होणार आहे, हे कुणीही लक्षात घेत नाही. इतका लांबचा विचार कुणी करत नाही आणि जोपर्यंत निकड

निर्माण होत नाही तोपर्यंत कुणीही कृती करत नाही हे आपल्या मानवी स्वभावाचे वैशिष्ट्य आहे.

स्मार्टफोन्सचा विचार करता करता स्वाभाविकपणे ई-कचऱ्याचा विचार मनात आलाच. अतिशय दुर्मीळ अशी खनिज संपत्ती स्मार्टफोन्स आणि अन्य इलेक्ट्रिक साधनांत असूनही दरवर्षी जगात ४१ दशलक्ष टन इतका प्रचंड ई-कचरा तयार होतो आणि त्याचे प्रमाण सातत्याने वाढतेच आहे. यातील फक्त १६ टक्के खनिजांचा वापर या कंपन्या वस्तूंच्या पुनर्निर्मितीसाठी करतात.

शाश्वत विकास, पृथ्वीचे रक्षण आदी संकल्पनांच्या पलीकडे जाऊन अगदी स्वार्थापोटी विचार केला तरीही या इलेक्ट्रॉनिक साधनांमध्ये ३०० टनांहून अधिक सोने दरवर्षी वापरले जाते. हे सोनं जरी परत वापरता आले तरीही ई-कचरा व्यवस्थापनाचे काम करण्यात किती मोठा फायदा लपलेला आहे हे लक्षात येईल. युनायटेड नेशन्सच्या एन्व्हायर्नमेंट प्रोग्रॅम (UNEP) च्या 'लाइफ सायकल थिंकिंग अँड सस्टेनेबल कन्झम्प्शन अँड प्रॉडक्शन'चे प्रकल्प अधिकारी फेंग वँग यांच्या मते फक्त पर्यावरण संवर्धनासाठी कार्बन फूटप्रिंटचा (कार्बन फूटप्रिंट किंवा कार्बन पदचिन्ह म्हणजे एखादी व्यक्ती किंवा संस्था आपल्या वस्तूंच्या किंवा सेवांच्या वापरामुळे, प्रवासामुळे किती कार्बन डायऑक्साइड किंवा मिथेनसारखे ग्रीनहाऊस गॅसेस तयार करतात त्याचे मापन करणे. उदाहरणार्थ, आपण घरात वापरतो ती वीज, पेट्रोल, डिझेलवरची वाहने, फ्रीज, एसीतून होणारे उत्सर्जन यात मोजले जाते. अठराव्या शतकापेक्षा सध्याच्या वायुमंडळातील कार्बन डायऑक्साइडचा स्तर ४० पटीने वाढला आहे. यामुळेच हवामान बदल, तापमान बदल होत आहेत. आपल्या वस्तू, सेवा व प्रवासावर नियंत्रण आणले तर आपला कार्बन फूटप्रिंट कमी होईल व पर्यावरण बदल घडेल. ही प्रत्येक व्यक्तीची जबाबदारी आहे.) विचार करून चालणार नाही तर ई-कचऱ्याची विल्हेवाट लावताना निर्माण होणाऱ्या विषारी प्रदूषणाची दखलही सर्वांनी घेतली पाहिजे. कॉम्प्युटर्स, मोबाईल फोन्स, टिव्ही सेट्स, रेफ्रिजरेटर्स आदी इलेक्ट्रॉनिक वस्तूंच्या कचऱ्याची विल्हेवाट लावताना मर्क्युरी (पारा), आर्सेनिक, झिंक, शिसं आदी विषारी पदार्थांचा पर्यावरणावर होणारा परिणाम टाळता येत नाही. स्मार्टफोन्समुळे निर्माण होणाऱ्या कार्बन उत्सर्जनाच्या फूटप्रिंट्सपैकी ८० टक्के स्मार्टफोनचे उत्पादन करताना, १६ टक्के प्रत्यक्ष वापरावेळी तर ३ टक्के वाहतूक करताना निर्माण होतात.

ग्राहकांच्या मागणीप्रमाणे स्मार्टफोन्सची नव्या नव्या अधिक स्मार्ट, वजनाला हलक्या, आकाराने पातळ अशा आवृत्त्या सातत्याने काढल्या जातात. त्यामुळे उत्पादनाच्या लाइफ सायकलचा वेळ कमी कमी होत चाललेला आहे आणि त्यामुळे ही हानी वाढतच चालली आहे. आपण जुने स्मार्टफोन्स रिसेल करू शकतो, रिसायकल करू शकतो किंवा रिपर्पज करून शाश्वत विकासाला हातभार लावू शकतो; पण फक्त नव्या स्मार्टफोन्सची निर्मिती कमी केल्याने शाश्वत विकासाला हातभार लागणार नाही, तर यासाठी सर्वच दिशांनी प्रयत्न करण्याची गरज आहे.

जागतिक पातळीवर काम करणाऱ्या वेस्ट इलेक्ट्रिकल अँड इलेक्ट्रॉनिक इक्विपमेंट फोरमच्या मते सन २०२३मध्ये ५.३ दशलक्ष मोबाईल फोन्स ई-कचऱ्यात फेकले जाणार आहेत. अनेक जण हे फोन फेकून न देता आपापल्या ड्रॉवरमध्ये तसेच ठेवून देणार आहेत, परिणामी कचऱ्यातच भर पडणार आहे. हा प्रचंड कचरा पुन्हा उपयोगात आणला पाहिजे. शास्त्रज्ञांच्या मते पर्यावरण रक्षणासाठी या जुन्या स्मार्टफोन्सच्या ई-कचऱ्यातील खनिजांचा पुन्हा वापर केला पाहिजे. पृथ्वीच्या उदरात आणखी खोल खाणी खणण्यापेक्षा आधीच वापरलेल्या वस्तू गोळा करून नव्या वस्तू बनवताना पुन्हा त्या वापरात आणणे हे अधिक शहाणपणाचे पाऊल आहे आणि तितकंच उपयुक्तही.

याचे मोल किती आहे याची एकदा कल्पना आली, की ई-कचऱ्याचा गंभीरपणे विचार का केला पाहिजे, ते लक्षात येईल. दि वेस्ट इलेक्ट्रिकल अँड इलेक्ट्रॉनिक इक्विपमेंट्स (WEEE) फोरमच्या मते सन २०३०पर्यंत ७४ मिलियन टन इतका ई-कचरा तयार होणार आहे. हा प्रचंड कचरा चीनच्या भिंतीच्या वजनापेक्षाही मोठा असू शकतो. पण सर्वात महत्त्वाचे म्हणजे या महाप्रचंड कचऱ्यात अडकलेल्या अनेक खनिजांचा वापर पुन्हा केला पाहिजे. कारण हा वापर जर केला गेला नाही, तर पुढील शंभर वर्षांत अनेक महत्त्वाची खनिज संपत्ती पृथ्वीच्या उदरातही शिल्लक राहणार नाही. ती कायमची नष्ट होऊन जाईल.

या महाप्रचंड कचऱ्याचे काय करायचे तरी काय, हा महाबिकट प्रश्न या पुढील काळात सर्वसामान्य नागरिकांसमोर, देशोदेशीच्या सरकारांसमोर उभा राहणार आहे, राहतो आहे. नुकत्याच भारतात झालेल्या जी-२० परिषदेत जगासमोरचा सर्वात मोठा प्रश्न म्हणून हवामान बदल आणि प्रदूषण यांवरच चर्चा झाली आणि प्राधान्याने सोडवण्याचा पहिला मुद्दा म्हणून शाश्वत विकासाबद्दलच बोलले गेले.

तंत्रज्ञानातल्या वेगाने होणाऱ्या विकासामुळे आणि मोठ्या कंपन्यांच्या विक्री धोरणांमुळे नव्या स्मार्टफोन्सच्या विक्रीची संख्या वाढतेच आहे, पण त्यामुळे चांगल्या अवस्थेत असलेल्या आणि नुसत्याच घराघरात पडून राहणाऱ्या साधनांचीही संख्या वाढते आहे. या सर्व वस्तू किमती आहेत.

सर्वसामान्य लोक आपले जुने मोबाईल कचऱ्यात फेकत नाहीत, कारण त्यांना त्यांच्या वस्तूंबद्दल भावनिक जवळीक असते. त्यामुळे आपल्या वस्तू आपल्याच संग्रहात शेवटपर्यंत राहव्यात, असे काहींना वाटत असते तर काहींना फोनमधील डाटाच्या सुरक्षिततेबद्दल खात्री नसते. या लोकांना जर डाटा सुरक्षेची खात्री दिली तर अनेक जण आपले जुने स्मार्टफोन्स ई-कचऱ्यात देऊ शकतात.

हे सगळे चिंतन कोरोना काळात चालू होते. आपण कितीही म्हटले की माणूस हा निसर्गातला सर्वश्रेष्ठ प्राणी आहे, तरी तो तसा आहे का; याबद्दल मनात प्रश्न निर्माण होऊ लागले, कारण निसर्गातील साधनसंपत्तीची इतक्या प्रचंड प्रमाणात हानी करून स्वतःच्या पायावर कुऱ्हाड मारून घेण्याचा हा प्रकार वाटायला लागला. अर्थात निसर्गाला तुम्ही काय विचार करता आहात, याने काहीच फरक पडत नाही. या पृथ्वीने निसर्गातील हजारो घडामोडी पाहिल्या आहेत. मोठमोठे भूकंप पाहिले आहेत, चक्रीवादळे आणि त्सुनामी पाहिल्या आहेत, दुष्काळ आणि विनाशकारी वणवे पाहिले आहेत; त्याचप्रमाणे खंडच्या खंड एकमेकांपासून तुटून दूर जात दुसऱ्या खंडाला धडकताना पाहिले आहेत. या निसर्गचक्रातला माणूस हा केवळ एक लहानसा प्राणी आहे. नैसर्गिक साधनसंपत्तीचा ऱ्हास झाला तर निसर्गाला त्याने काहीच फरक पडणार नाही; पण मनुष्याला मात्र नक्कीच फरक पडतो. जर या पृथ्वीवर अजून काही कालावधी माणसाला आनंदात व्यतीत करायचा असेल तर निसर्ग, पर्यावरण, प्रदूषण याबाबत विचार करायला सुरुवात केलीच पाहिजे. आणि ग्रेटा थनबर्ग म्हणते त्याप्रमाणे आपल्या पुढच्या पिढीचे भवितव्य नष्ट करण्याचा अधिकार आपल्याला दिलेला नसल्याने आपण विचारपूर्वकच वागले पाहिजे हेही मनाला पटायला लागले.

युनायटेड नेशन्सचे अंडर सेक्रेटरी जनरल आणि एन्व्हायर्नमेंटल प्रोग्रामचे एक्झिक्युटिव्ह डायरेक्टर अशीम स्टायनर यांच्या मते ई-कचऱ्याच्या महाकाय समस्येवर उत्तरे शोधण्यासाठी नावीन्यपूर्ण उपायांचा विचार केला पाहिजे. इलेक्ट्रॉनिक वस्तूंमधून मौल्यवान खनिजे मोकळी करून त्यांचा नव्या वस्तूंमध्ये

पुन्हा वापर करण्याच्या उपायात नवे रोजगार आणि उत्पन्नाचे साधन मिळवण्याच्या अनेक संधी दडलेल्या आहेत. कारण ई-कचरा व्यवस्थापन हा दरसाल ४१० अब्ज डॉलर्सची उलाढाल असणारा महाकाय उद्योग बनला आहे. मात्र हे करताना घाई न करता तितक्याच काळजीपूर्वक कृती केली पाहिजे; कारण ई-कचऱ्याची विल्हेवाट लावताना विषारी वायू, प्रदूषण आदींचा धोका आहे. कचरा संकलन उद्योगात गुन्हेगारी आणि बेकायदेशीर धंदे करणाऱ्यांची संख्याही मोठी आहे. त्यामुळे जबाबदार नागरिकांनी एक ध्येय म्हणून ई-कचऱ्याच्या समस्येचे व्यवस्थापन करण्यासाठी पुढाकार घेतला पाहिजे.

स्मार्टफोन, ई-कचरा या सर्व शाश्वत विकासाशी संबंधित समस्या वाचत असताना मला अचानक जाणवले की ज्या स्मार्टफोनच्या समस्येला मी समजून घेतोय, त्यासाठीही स्मार्टफोन्सचाच वापर करतो आहे. त्यामुळे आपण स्मार्टफोन्स वापरणाऱ्यांमध्ये शाश्वत विकासाबाबत जागरूकता निर्माण केली तर मोठा फरक पडेल. शाश्वत विकासासाठी वापरल्या जाणाऱ्या पाच आरची संकल्पना मला जास्त जास्त पटायला लागली आणि हीच संकल्पना शाश्वत विकासाची जागरूकता म्हणून प्रत्येक स्मार्टफोन धारकापर्यंत पोहोचवता येईल का, याचा विचार माझ्या मनात येऊ लागला.

शाश्वत विकासासाठी

पाच आर

- पहिला R : Refuse (रिफ्यूज) : साधनांचा वापर नाकारा
- दुसरा R : Reduce (रिड्यूस) : वापर कमी करा
- तिसरा R : Reuse/Repair (रियूज/रिपेअर) : दुरुस्त करून पुन्हा वापरा
- चौथा R : Repurpose (रिपर्पज) : नव्या उद्देशाने वापरा
- पाचवा R : Recycle (रिसायकल) : पुनर्निर्मिती

रिफ्यूज : साधनांचा वापर नाकारा

निसर्गाचा ऱ्हास टाळायचा असेल तर निसर्गातील कमीतकमी साधनांचा वापर करून कसे जगता येईल, हे पाहिले पाहिजे. त्यासाठी नैसर्गिक साधन-सुविधा

कमीतकमी वापरात येईल अशी जीवनशैली आत्मसात केली पाहिजे. अगदी आवश्यक असेल तरच मी स्मार्टफोन किंवा अन्य इलेक्ट्रॉनिक वस्तू खरेदी करेन असे ठरवले पाहिजे. ग्राहक म्हणून सर्वसामान्य नागरिकांच्या मनात ही जागरूकता निर्माण झाली की नव्या वस्तू कमीत कमी खरेदी करायच्या आणि वस्तूंमध्ये सुख शोधण्याऐवजी निसर्गाच्या सान्निध्यात फिरण्याचे सुख शोधणे गरजेचे आहे. नव्या वस्तूंची जाहिरात कितीही आकर्षक असली तरी त्याला बळी न पडता, मी नव्या वस्तू खरेदी करण्याची ऐपत असतानाही पर्यावरणाच्या रक्षणासाठी वस्तू घेणे नाकारत आहे. हे म्हणजे मोहावर विजय मिळवण्याइतके महत्त्वाचे आहे. म्हणून पहिला आर रिफ्यूज जर आपण अंगी बाणला आणि अगदी आवश्यक तितक्याच वस्तू घेतल्या तर हा पहिला आर प्रत्यक्षात आला असे म्हणता येईल.

रिड्यूस : वापर कमी करा

पहिल्या आरमध्ये आपण वस्तूंना संपूर्णपणे नाकारतोच आहे, पण समजा एखादी वस्तू घ्यायचीच असेल त्यांचा वापर कमीत कमी कसा ठेवता येईल ते पाहिले पाहिजे. अनेक वस्तू अशा असतात की आपल्या आवश्यकतेपेक्षा/गरजेपेक्षा आपल्याकडे त्या खूप अधिक प्रमाणात असतात. उदाहरणार्थ, आपले कपडे, वस्तू, घरातल्या गोष्टीही आपण आवश्यकतेपेक्षा जास्त खरेदी करून ठेवतो. केवळ पैसा आहे म्हणून विचार न करता कपडे खरेदी करतो आणि ते वर्षानुवर्षे कपाटात पडून राहतात. किंवा गरजेपेक्षा जास्त गाड्या घरात असतात. त्यांचा वापरही होत नाही. त्यामुळे गरजेपुरतेच वाहन घेणे किंवा सार्वजनिक वाहतूक व्यवस्थेचा वापर करणे, नव्या वस्तू खरेदी केल्या की जुन्या आपल्या संग्रहातून काढून टाकणे आणि कमीतकमी वस्तू आणि साधनांचा वापर करून जगणे याला शाश्वत विकासासाठी आपण गाठलेली दुसरी पायरी म्हणतात. ती म्हणजे गरजा कमी करणे.

नव्या पिढीतले अनेक विद्यार्थी किंवा युवक आता मिनिमिलिस्टिक जीवनपद्धतीचा स्वीकारू लागले आहेत. कमीतकमी गरजांमध्ये राहण्याची कला अनेकांनी आत्मसात केली आहे. मिनिमिलिस्टिक म्हणजे कमीतकमी गरजांमध्ये राहणे आणि सिंपल लिव्हिंग किंवा साधी राहणी यांमध्ये नेमका काय फरक आहे, हे लक्षात घेतले पाहिजे. मिनिमिलिस्टिक हा काटकसरीने राहत नाही, तर तो उच्च दर्जाच्या कमीतकमी वस्तूंचा वापर करून जगतो. अर्थात साधी राहणी व कमीतकमी

गरजांमध्ये राहणे यात उच्च विचारसरणी या आपल्याकडच्या उक्तीचा अंगीकार केला आहे असे म्हणता येऊ शकते, कारण या विचारसरणीत निसर्गाच्या रक्षणाचा विचार केलेला असतो. अर्थात, शाश्वत विकासाच्या संकल्पनेत निसर्गाला हानी पोहोचवणारे, इजा करणारे आणि ज्यांचा पुन्हा वापर होऊ शकत नाही असे पदार्थ किंवा वस्तू वापरूच नये किंवा त्यांचा कमीतकमी वापर करावा असे अपेक्षित आहे. नवी पिढी ही जीवनशैली मोठ्या प्रमाणावर अंगीकारते आहे.

रीयुज/रिपेअर : दुरुस्त करून पुन्हा वापरा

आपल्या वापरात असणारी कोणतीही वस्तू पुन्हापुन्हा दुरुस्त करत वापरता येते आणि तरीही ती वस्तू तीच राहते हे आपण छत्रीच्या उदाहरणावरून पाहिले होते. पूर्वी टिकाऊ वस्तू बनायच्या, पण आता वापर झाला की कचऱ्यात फेका ही मनोवृत्ती वाढते आहे. त्याऐवजी वस्तू दुरुस्त करून पुन्हा वापरा आणि निसर्गाचे रक्षण करा ही मनोवृत्ती विकसित व्हायला हवी. भारतीयांमध्ये ही मनोवृत्ती पहिल्यापासून आहे, पण सध्या तरुण पिढीमध्ये चंगळवाद वाढतो आहे. जाहिरातीच्या प्रभावामुळे एकच वस्तू अनेक वर्षे वापरण्यात जो अभिमान होता, जी जवळीक वाटत होती, ती नष्ट होऊन सतत जुन्या गोष्टी फेकून नव्या गोष्टी वापरण्याकडे वाढता कल आहे. त्यामुळे एखादी वस्तू दुरुस्त करून वापरायची तरी ती दुरुस्त करणारी दुकाने सहजपणे मिळत नाहीत; उलट तुम्ही दुकानात गेलात तर ते म्हणतात की तुमची जुनी वस्तू आम्ही स्वस्तात घेतो आणि नवीन वस्तू तुम्ही विकत घ्या. यावर तुम्हांला सवलत मिळेल. यामुळे दुरुस्ती करणाऱ्या कारागिरांनाही पूर्वीप्रमाणे व्यवसाय मिळत नाही.

वस्तूंचा पुनर्वापर केला गेला तर त्याचा ताण निसर्गावर कमीतकमी येईल तसेच दुरुस्ती करणाऱ्यांच्या हाताला कामही मिळेल. यासाठी दुरुस्ती करणाऱ्या कारागिरांना प्रतिष्ठा मिळायला हवी, तसेच या व्यवसायाला संघटित स्वरूपही यायला हवे. यासाठी दुरुस्ती क्षेत्रात काम करणारे ब्रँड्स तयार व्हायला हवेत, तरच या ब्रँड्सखाली काम करणाऱ्या कारागिरांना प्रतिष्ठा व काम दोन्ही मिळू शकेल.

वस्तूंची दुरुस्ती करून पुन्हा वापर करण्यातून मोठ्या प्रमाणावर होणारी निसर्गहानीसुद्धा कमी होईल. उदाहरण द्यायचे झाले तर पूर्वी एखादे सायकल, मोटारसायकलसारखे वाहन किंवा घड्याळ वीस तीस वर्षे वापरली जायची. त्यामुळे

संपूर्ण आयुष्यात दोनदा किंवा तीनदा या वस्तू बदलल्या जायच्या. स्वाभाविकच या वस्तू बनवण्यासाठी नैसर्गिक साधनसंपत्तीचा कमी उपसा व्हायचा. पण आता तरुण पिढी जर दर दोन-तीन वर्षांनी वस्तू बदलत असतील, तर तितक्या पटीत आपण निसर्गावर घाला घालत आहोत. त्यामुळेच दुरुस्ती हा मोठा विषय बनला आहे. नव्या पिढीने जर ठरवले की आम्ही दुरुस्त केलेल्या वस्तूच वापरणार आहोत तर किती कमी नैसर्गिक साधने लागतील याचा सर्वांनीच विचार करायला हवा. गावोगाव विविध वस्तू दुरुस्ती केंद्रे उभारून तिसऱ्या 'R'चा वापर वाढवणे शक्य आहे.

रिपर्पज : नव्या उद्देशाने वापर

शाश्वत विकासासाठी वस्तूंचा पुनर्वापर करा हे सांगताना आपण वर पाहिले त्याप्रमाणे वस्तू दुरुस्त करून पुन्हा वापरता येतात, त्याचप्रमाणे वाया गेलेल्या किंवा मूळ उद्देश संपलेल्या वस्तू नव्या उद्देशाने वापरता येतात. ही गोष्ट जाणीवपूर्वक करण्याला रिपर्पज म्हणतात. आपल्या जीवनातील हजारो वस्तूंना नवा उद्देश देऊन त्यांचा पुन्हा वापर करता येणे शक्य आहे. याचे उत्तम उदाहरण म्हणजे पुण्यातील एका सद्गृहस्थांनी हजारो प्लास्टिकच्या रिकाम्या बाटल्या गोळा करून, त्यात माती भरली आणि अशा बाटल्यांचा वापर विटांसारखा करून संपूर्ण घर बनवले. इथे बाटल्यांचा मूळ उद्देश पाणी पिण्यासाठी करणे हा आहे, किंवा विटांची निर्मिती घर बांधण्यासाठी होते; पण प्लॅस्टिकच्या बाटल्या घर बांधण्यासाठी करण्यामुळे पर्यावरणातली कचऱ्याची समस्या कमी व्हायला मदत झाली. तसेच नव्या विटा तयार करण्यासाठी लागणारी मातीची हानीही कमी झाली. या प्रकारे आपल्या आसपासच्या कोणत्या वस्तू रिपर्पज करता येतील हे पाहण्याचा दृष्टिकोन तरुणांत निर्माण करायला हवा.

वस्तूंचा पुनर्वापर हे टिकाऊपणाचे एक महत्त्वाचे तत्त्व आहे. जेव्हा आपण एखाद्या वस्तूचा पुनर्वापर करतो, तेव्हा आपण त्या वस्तूचे आयुष्य वाढवतो आणि नवीन वस्तूंच्या उत्पादनासाठी आवश्यक असलेल्या संसाधनांची बचत करतो. यामुळे पर्यावरणावर येणारा ताण कमी होतो आणि टिकाऊ भविष्यासाठी योगदान देतो.

पुनर्वापराचे पर्यावरणीय फायदे अनेक आहेत. उदाहरणार्थ, जेव्हा आपण प्लास्टिकच्या बाटलीचा पुनर्वापर करतो, तेव्हा आपण नवीन बाटली बनवण्यासाठी आवश्यक असलेल्या कच्च्या तेलाची बचत करतो तसेच, पुनर्वापरामुळे कचरा कमी होतो आणि प्रदूषण कमी होते.

पुनर्वापर केवळ पर्यावरणासाठीच फायदेशीर नाही तर ते आर्थिकदृष्ट्याही फायदेशीर आहे. जेव्हा आपण एखाद्या वस्तूचा पुनर्वापर करतो, तेव्हा आपण नवीन वस्तू खरेदी करण्यासाठी लागणारे पैसे वाचवतो. यामुळे आपल्या बचतीत वाढ होते आणि आपल्या आर्थिक स्थितीत सकारात्मक परिणाम होतो.

पुनर्वापराच्या सामाजिक फायद्यांमध्ये कचरा कमी करणे आणि रोजगाराच्या संधी निर्माण करणे यांचा समावेश आहे. जेव्हा आपण पुनर्वापर करतो, तेव्हा आपण कचरा कमी करतो आणि कचरा व्यवस्थापनावरचा खर्च कमी करतो. यामुळे आपल्या समाजात स्वच्छता निर्माण होऊन आरोग्य सुधारते. तसेच पुनर्वापर उद्योगात अनेक रोजगाराच्या संधी निर्माण होतात. पुनर्वापराची अनेक उदाहरणे आहेत.

काही सामान्य उदाहरणे खालीलप्रमाणे :

- टायरमध्ये रोपे लावायची किंवा खेळाच्या मैदानासाठी फेन्स म्हणून टायर वापरायचे.
- तुटलेल्या काचेच्या बाटल्यांपासून मोझेइक किंवा कलाकृती बनवायच्या.
- कागद, प्लास्टिक, काचेच्या बाटल्या, धातू आणि इतर साहित्याचा पुनर्वापर.
- वापरलेले कपडे, फर्निचर आणि इतर वस्तूंचा पुनर्वापर.
- खाद्यपदार्थांचे अवशेष कंपोस्ट करून वापरण्यायोग्य खते तयार करणे.
- मृत वनस्पती आणि प्राणी यांच्या अवशेषांचा पुनर्वापर करून सेंद्रिय पदार्थ तयार करणे.
- कागदाचा पुनर्वापर करून नवीन कागद बनवला जाऊ शकतो.
- फर्निचरचा पुनर्वापर करून नवीन फर्निचर बनवले जाऊ शकते.

आपण आपल्या दैनंदिन जीवनात पुनर्वापराच्या अनेक संधी शोधू शकतो. अशा प्रकारे जर आहेत त्या साधनांचा पुनर्वापर केला तर स्वाभाविकच निसर्गाचा ऱ्हास कमी होण्यास मदत होते. म्हणून अनेक जण ठरवतात की ज्या वस्तूंचा वापर पुन्हा करता येतो आणि ज्या निसर्गाला हानी न पोहोचता पुन्हा निसर्गात लवकर मिसळून जातात, त्या वस्तूंचाच वापर करायचा.

मी पाहिले आहे की या पुनर्वापराबद्दल आमच्या कोकणातले लोक खूप जागरूक असतात. सहसा ते नारळ, पोफळीची एखादी फांदीसुद्धा वाया घालवत नाहीत. आंब्याचा गर तर काढून घेतातच पण कोयी-सालीपासूनसुद्धा पदार्थ बनवून वापरतात. एक गंमत सांगतात, की कोकणातल्या बायका बेडशीट इतक्या निगुतीने वापरतात की ती अनेक वर्षे टिकते. मग ती फाटायला लागली की त्यांच्या लक्षात येते की बेडशीट मध्येच खराब झालेली आहे - विरली आहे, पण बाजूला चांगली आहे. मग त्या बाजूच्या कापडाचे उशांना अभ्रे करतात आणि मधला भाग पायपुसण्यासाठी वापरतात. अभ्रे खराब झाले की मग ते ओटा पुसायचे फडके म्हणून वापरतात. ते खराब झाले की पायपुसणे म्हणून वापरतात आणि नंतर तेही खराब झाले की त्या विरलेल्या कापडाचे धागे काढून त्यांच्या वाती वळतात आणि त्या निरांजनात वापरून जाळून टाकतात. थोडक्यात, निसर्गातील वस्तूंचा पुनर्वापर किती निगुतीने करता येतो, हे या उदाहरणावरून समजू शकते. म्हणून वस्तू घेतानाच जर ती रियुजेबल आहे का, तिचा पुनर्वापर होऊ शकेल का, ते तपासून घेतलं की मग काहीच वाया जात नाही.

रिसायकल : पुनर्निर्मिती

शाश्वत विकासाचा विचार करताना वस्तूंच्या पुनर्निर्मितीचे महत्त्व खूप आहे. म्हणजे एखाद्या वस्तूमधील घटकांचा वापर करून नव्या वस्तू बनवणे. ओला कचऱ्याची विल्हेवाट लावण्यासाठी तो कुजवून त्याचे खतात रूपांतर करतात. यालाच रिसायकल किंवा पुनर्निर्मिती म्हणतात. निसर्ग हे करत असतोच. आपण वापरत असलेल्या अनेक वस्तूंचे जैविक विघटन होते व त्या मातीत, हवेत किंवा पाण्यात मिसळून जातात आणि त्यांचे नव्या पदार्थात रूपांतर होते किंवा त्या पूर्णपणे विघटित होतात. अशा पदार्थांचा पर्यावरणाला कमी धोका असतो, पण ज्या वस्तू पूर्णपणे विघटित होत नाहीत, त्या हजारो वर्षे पृथ्वीवर पडून राहतात आणि

साठत राहतात. या वस्तूंमुळे जमिनींचा कस जातो. प्लास्टिकसारख्या वस्तू नष्ट होत नसल्याने त्यांची पुनर्निर्मिती करून वापरणे गरजेचे बनते; अन्यथा हा कचरा संपूर्ण पृथ्वीचा नाश करू शकते. समुद्रात साठलेल्या लाखो टन प्लास्टिकमुळे तिथले मत्स्यजीवन उद्ध्वस्त होण्याची वेळ आली आहे. त्याचप्रमाणे प्लास्टिक जंगलातील जमिनींवर पसरत चालले आहे. त्यामुळे माती नापीक बनत चालली आहे. या विघटन न होणाऱ्या कचऱ्याची विल्हेवाट कशी लावायची, हा मोठा प्रश्न असल्याने या कचऱ्याची पुनर्निर्मिती करायची संकल्पना मूळ धरू लागली व ती यशस्वीही होताना दिसत आहे. जुन्या वस्तूंमधील घटक पुन्हा वापरल्यामुळे पृथ्वीच्या पोटातून कच्चा माल कमी काढला जातो आणि जुन्या कच्च्या मालातून नव्या वस्तू बनत राहतात, त्यामुळे कचराही कमी साठतो. पुनर्निर्मितीमुळे कचरा कमी होतो, संसाधनांची बचत होते आणि उत्पादनांचे आयुष्य वाढते.

शाश्वत विकास संकल्पनेत पुनर्निर्मितीची काही उदाहरणे म्हणजे जुने कपड्यांचे पुन्हा धागे तयार करून त्याचे गालिचे, पायपुसणी किंवा चादरी, अभ्रे आदी वस्तू बनवायच्या व शेवटी ते स्वच्छतेसाठी फडक्यासारखे वापरायचे. जुन्या प्लास्टिकच्या बाटल्यांपासूनही आता धागे तयार केले जातात व या पॉलिस्टरमिश्रित सुती कापडांचे टीशर्ट, ट्राऊजर्स, स्पोर्ट्सवेअर मोठ्या प्रमाणावर बनवले जातात. प्लास्टिकचा वापर ही सर्वांत मोठी समस्या असल्याने प्लॅस्टिकवर प्रक्रिया करून अनेक वस्तू तयार केल्या जातात. इतकेच नव्हे तर रस्ते बनवण्यासाठीही हे प्रक्रिया केलेले प्लास्टिक डांबरासारखे वापरले जाते. पुनर्निर्मिती हा पर्यावरणावरील दुष्परिणाम कमी करण्याचा एक आनंददायी आणि सर्जनशील मार्ग असू शकते. हा पैसे वाचवण्याचा एक मार्गदेखील असू शकतो, कारण तुम्हांला अनेकदा अशा टाकून दिलेली वस्तू सापडतील, ज्या नवीन वस्तूंच्या निर्मितीसाठी वापरल्या जाऊ शकतात.

प्लास्टिकचा पुनर्वापर करून नवीन प्लास्टिक उत्पादने बनवली जाऊ शकतात. काचेच्या बाटल्यांचा पुनर्वापर करून नवीन काचेच्या बाटल्या बनवल्या जाऊ शकतात. सर्व धातूंचा पुनर्वापर करून धातूची नवीन उत्पादने बनवली जाऊ शकतात. वापरलेले कपड्यांचे धागे काढून पूर्णतः नवीन कपडे बनवले जाऊ शकतात.

पर्यावरणीय आणि आर्थिक फायद्यांव्यतिरिक्त, पुनर्निर्मितीचे सामाजिक फायदेदेखील असू शकतात. उदाहरणार्थ, पुनर्निर्मिती प्रकल्प लोकांना एकत्र आणण्याचा आणि समुदाय बांधण्याचा एक मार्ग असू शकतो. तो मुलांना टिकाऊपणाचे महत्त्व शिकवण्याचा एक मार्गदेखील असू शकतात. थोड्या सर्जनशीलतेने, कल्पकतेने मुले सर्व प्रकारच्या टाकून दिलेल्या वस्तूंसाठी नवीन वापर शोधू शकता. शक्यता अमर्याद आहेत! म्हणून पुढच्या वेळी तुम्ही काही तरी फेकून देण्याच्या विचारात असाल, तेव्हा यापासून तुम्ही काही पुनर्निर्मिती करू शकता का, याचा विचार करायला हवा, तसेच नवीन वस्तू खरेदी करताना ती रिसायकल करता येईल का ते पाहणे गरजेचे आहे आणि शक्यतो रिसायकल झालेल्या नव्या वस्तू खरेदीही केल्या पाहिजेत..

शाश्वत विकासासाठी दुरुस्ती क्षेत्रात रोजगाराच्या संधी

या पाच 'आर'मधील मला सर्वात महत्त्वाचा वाटलेला आर म्हणजे रियूज व त्यातही दुरुस्ती किंवा रिपेअर करून वस्तूंचा पुनर्वापर करणे. या रिपेअर सोल्युशनचा वापर करून शाश्वत विकास आणि बेरोजगारी या दोन्ही समस्यांची सांगड घालून दुरुस्ती करणाऱ्या कर्मचाऱ्यांना संघटित केले, तर एखादी नवी संकल्पना राबवता येईल असे मला वाटले.

आपल्या भारतात बहुतांश जुन्या गोष्टी चटकन फेकून देत नाहीत तर त्या दुरुस्त करून वापरतात, पण पाश्चिमात्य देशात मात्र एखादी वस्तू चालेनाशी झाली की ती दुरुस्त न करता नवीनच घेऊन यायची ही 'वापरा आणि फेका' प्रवृत्ती जगभर अनेक ठिकाणी दिसते. विशेषतः युरोप आणि अमेरिकेत मॉल संस्कृती खूप वेगाने विकसित झाली आहे. मॉलमध्ये हजारो प्रकारचे पदार्थ, वस्तू ठेवलेल्या असतात. अगदी खाण्यापिण्याचे पदार्थही असतात. ग्राहकांच्या समाधानासाठी सर्व प्रकारच्या वस्तू आणि पदार्थांचा साठा करून ठेवला जातो. ग्राहकाने काहीही मागितले तरी त्याला ते मिळाले पाहिजे अशी मानसिकता या मागे असते. पण प्रत्येक पदार्थाची मागणी कमी-जास्त असते, त्यामुळे यातील बराचसा साठा वाया जातो. अनेकदा हा प्रचंड साठा मुदतीचा दिवस संपला की जसाच्या तसा फेकून द्यावा लागतो. मात्र यामध्ये निसर्गाची किती मोठ्या प्रमाणात हानी होते हे आपण लक्षातही घेत नाही.

इलेक्ट्रॉनिक वस्तूंच्या बाबतीत तर या वस्तू तंत्रज्ञानातील शोधांप्रमाणे बदलतात. नव्या तंत्रज्ञानाच्या वस्तू वापरणे ग्राहकांना आवडते. त्यामुळे पूर्वी एखादी वस्तू किती काळ वापरली याचा अभिमान असायचा. सायकल, रेडिओ, कार यासारख्या वस्तू अनेक वर्षे वापरल्या हे आवर्जून सांगितले जायचे. टिकाऊ वस्तू बनवणाऱ्या जर्मन तंत्रज्ञानाचे कौतुक होते पण गेल्या शतकात अचानक 'मेड इन जपान', 'मेड इन चायना' सारख्या वस्तूंची आवड निर्माण झाली. या वस्तू किमतीला कमी पण आकर्षक असायच्या. एकदा एक लॉट काढला की त्या डिझाईनचा दुसरा लॉट नाही. पुढचा लॉट नव्या डिझाईनचा येणार, त्यामुळे सतत नव्या डिझाईन्स बाजारपेठेत यायच्या. या वस्तूंची विक्री वाढावी यासाठी वापरा आणि फेका संस्कृती जाणीवपूर्वक विकसित केली गेली.

अमेरिकन कंपन्यांनी यात पुढाकार घेतला आणि वस्तू दुरुस्त करून वापरणे म्हणजे मागासलेपणाचे लक्षण समजले जाऊ लागले. यामुळे वस्तूंची मागणी मोठ्या प्रमाणात वाढली. बाजारातील उलाढालही वाढली. काही कंपन्यांनी यामध्ये प्रचंड फायदा मिळवला आणि एक वेगळीच अर्थव्यवस्था उदयाला आली. आफ्रिकेतल्या खाणीतून काढलेले खनिज पदार्थ चीनमध्ये जाणार व तिथे स्वस्त मनुष्यबळ वापरून मोठ्या संख्येत वस्तू बनणार. या वस्तूंना व्हाईट लेबल करून म्हणजे आपले नाव लावून त्या संपूर्ण जगात विकण्याचे काम अमेरिकन कंपन्या करणार आणि या कंपन्यांसाठी बॅकऑफिस आणि फ्रंट ऑफिसचे कॉलसेंटर्स व आउटसोर्सिंगचे काम भारतीय कंपन्या करणार. या नव्या समाजरचनेमुळे आर्थिक उलाढाल वाढली, पण वस्तुनिर्मितीचा, विनियोगाचा आणि विपणनाचा वेग इतका वाढला की तो पृथ्वीच्या अस्तित्वाच्या मुळावर आला. टनावारी कच्चा माल पृथ्वीच्या उदरातून निघून त्यावर प्रक्रिया घडू लागली. टनावारी वस्तू बनून बाजारपेठेत येऊन पडू लागल्या. या वस्तूंची विल्हेवाट लावणे हे जिकिरीचे बनले आणि आज जगासमोर ही सर्वांत मोठी समस्या आ वासून उभी आहे.

यावर उपाय म्हणजे वस्तूंचा मर्यादित वापर, पुनर्वापर आणि वस्तूंची दुरुस्ती करून जास्तीत जास्त वापर हाच आहे हे माझ्या लक्षात आलं. स्मार्टफोन आणि हे पाच आर सतत डोक्यात घोळू लागले. समस्या कळली व तिचे स्वरूप इतके प्रचंड मोठे आहे हे जेव्हा जाणवते, तेव्हा स्वाभाविकच कुठून सुरुवात करायची असा प्रश्न पडतो आणि सर्व जबाबदारी शासनावर टाकून आपण नामानिराळे होतो. आपल्या

समस्यांना सरकारला जबाबदार धरणे सोपे आहे, पण आपणही समस्या निर्मितीचा छोटासा का होईना, पण एक भाग असून समस्या सोडवण्यासाठी सरकारला मदत करणे हे एक नागरिक म्हणून आपले कर्तव्य आहे हेही जाणवायला लागले होते. आपल्या हातात काही नाही यापेक्षा आपल्या हातात काय काय आहे त्याचा विचार करून सुरुवात करणे मला नेहमीच आवडते.

मी पुण्यात आल्यापासून जे अनुभव मिळवले त्यामध्ये प्रामुख्याने शिक्षणक्षेत्रात काम केले. जेटकिंगच्या माध्यमातून लाखो तरुण मुलांना हार्डवेअर इंजिनिअर बनवून त्यांना नोकऱ्या मिळवण्यासाठी सक्षम बनवले. या कार्यामुळे माझे पुण्यातील अनेक शिक्षणसंस्थांशी चांगले संबंध निर्माण झाले. विद्यार्थ्यांशी त्यांच्या भाषेत बोलण्याची क्षमता निर्माण झाली. अनेकांना माझ्या भाषणांनी प्रेरणा मिळाली. या सर्व माझ्या क्षमतांचा वापर जर मी शाश्वत विकासाच्या कामासाठी केला तर तो कालानुरूप ठरेल, असे वाटले. भारताने सर्वात प्राथमिकतेने ठेवलेल्या ध्येयाशी पूरक ठरेल आणि आपल्या वसुंधरेच्या रक्षणासाठी काही तरी केल्याचे समाधानही वाटेल असा विचार करून मी एक योजना आखण्याचे ठरवले.

त्यात रिफ्यूज, रियूज, रिपेअर, रिपर्पज आणि रिसायकल या पाच आरचा प्रचार, प्रसार आणि प्रत्यक्ष कृतिकार्यक्रम राबवण्याचे ठरवले. यातील रिपेअर या संकल्पनेवर जास्त भर द्यायचा आणि राईट टू रिपेअरबद्दल समाजमनात जागरूकता घडवून आणायची असे मी ठरवले. प्रामुख्याने विद्यार्थ्यांच्या मनात याबद्दल जाणीव निर्माण केली पाहिजे, हे माझ्या लक्षात आले.

एकदा वय वाढले की व्यक्तींना सहजपणे बदलता येत नाही. त्यांना लागलेल्या सवयी सहजपणे सुटतही नाहीत, पण तरुण मुलं याबाबत संवेदनशील असतात. त्यांना पटले तर ते तुमच्या कार्यात सहभागी होतात आणि या संस्कारक्षम वयातच शाश्वत विकासाचे महत्त्व कळले तर ते त्यांच्या आयुष्यात वरील पाच आरचा वापर करण्याची शक्यता जास्त आहे. केवळ प्रचार आणि प्रसारच नव्हे तर या तरुण विद्यार्थ्यांमधून भविष्यातील लघुउद्योजक घडवणेही शक्य आहे, हे माझ्या लक्षात आले.

गेल्या काही वर्षांत नोकरीविषयक जनमानस बदलत चालले आहे. 'नोकऱ्या मागण्यापेक्षा नोकऱ्या देणारे बना' हा मंत्र विद्यार्थ्यांमध्ये बिंबवला जातो आहे. अनेक विद्यार्थी स्टार्टअप सुरू करण्याबाबत विचारही करू लागले आहेत.

शिक्षणसंस्थांमध्ये इनक्युबेशन सेंटर्स उभी राहू लागली आहेत. अशा स्थितीत या पाच आरवर आधारित लघुउद्योजक बनवणे शक्य आहे हे माझ्या लक्षात आले. सहसा नव्या वस्तूंच्या खरेदीच्या कैफात जुन्या वस्तूंची बाजारपेठ किती मोठी आहे, याची आपल्याला कल्पना येत नाही. फक्त सेवा आणि दुरुस्तीची बाजारपेठही इतकी प्रचंड मोठी आहे की त्यामध्ये हजारो लघुउद्योजक गावोगाव तयार करता येणे शक्य आहे हे लक्षात आले. मी माहिती गोळा करायला सुरुवात केली आणि त्यातूनच पाच आर पैकी तीन आर म्हणजे वस्तूंच्या रियूज किंवा रिसायकल, रिपेअर आणि रिपर्पजसाठी आपल्याला काही तरी करता येईल, याचा आत्मविश्वास वाढीस लागला. याबाबतचे माझे चिंतन सुरू झाले...!

शिक्षण क्षेत्रातील मान्यवरांच्या भेटीगाठी

श्री. विद्याशंकर, कुलगुरू,
विश्वेश्वरय्या तंत्रज्ञान विद्यापीठ (VTU), कर्नाटक सरकार

डॉ. कारभारी काळे, कुलगुरू,
डॉ. बाबासाहेब आंबेडकर तंत्रज्ञान विद्यापीठ (BATU), महाराष्ट्र

डॉ. विश्वनाथ डी. कराड, संस्थापक, एमआयटी ग्रुप ऑफ इन्स्टिट्यूशन्स

डॉ. सुरेश गोसावी, कुलगुरू, सावित्रीबाई फुले पुणे विद्यापीठ

डॉ. मुकुल सुतावणे, संचालक,
भारतीय माहिती तंत्रज्ञान संस्था (IIIT) अलाहाबाद

राईट टू रिपेअर आणि दुरुस्ती - सेवा उद्योग

ग्राहक मोठ्या प्रमाणावर वस्तूंची दुरुस्ती करून वस्तू वापरायला लागले की कुशल कारागिरांची मागणी वाढते, त्यामुळे आर्थिक उलाढाल वाढते व तितक्याच प्रमाणात रोजगारही तयार होतो.

शाश्वत विकास ध्येये साध्य करण्याकरता तरुणांना आकर्षित करायचे असेल तर रिफ्यूज, रिड्यूस, रियूज, रिपेअर, रिसायकल या पाच आरपैकी रिपेअरकडे माझे लक्ष अधिक वेधले गेले. भारतातील तरुणांना रिपेअरच्या क्षेत्रात प्रचंड संधी आहेत हे लक्षात आले आणि त्यातून मी दुरुस्ती किंवा रिपेअरच्या बाजारपेठेबद्दल अभ्यास करायला सुरुवात केली. तेव्हा एखादी वस्तू दुरुस्त करून वापरणे हा फक्त सामाजिक किंवा आर्थिक निर्णय नसून वस्तू दुरुस्त करून मिळणे हा ग्राहकाचा हक्क आहे आणि त्याबाबत जागृती झाली पाहिजे, याची जाणीव झाली. कोरोनाच्या आधी मी दुरुस्तीच्या हक्काबाबत कधीच फारसा विचार केला नव्हता. घरातील अनेक वस्तूंच्या दुरुस्तीची वेळ आली की शेजारी पाजारी किंवा मित्रांना विचारून एखादा दुरुस्ती करणारा मेकॅनिक बोलवायचा आणि त्याच्याकडून वस्तू जमेल तशी दुरुस्ती करायची आणि अगदीच काही होणार नसेल तर जुनी वस्तू बदलून त्या

जागी नवीन घ्यायची असेच वर्षानुवर्षे चालले होते. मोबाईलच्या बाबत तर दरवर्षी घरातील कुणा ना कुणाचा स्मार्टफोन बदलला जायचाच. अगदी एखाद्या वेळेस दुरुस्तीची वेळ आली की शोरूममध्ये गेल्यावर ते सर्व्हिस सेंटरला पाठवायचे पण तिथे डाटा सिक्युरिटीची भीती वाटायची किंवा वेळ लागेल, स्पेअर पार्ट्स उपलब्ध नाहीत आदी उत्तरे मिळायची. स्वाभाविकच जुनी वस्तू देऊन नवीन घेण्याचाच मोह पडायचा. त्यामुळे दुरुस्तीचे क्षेत्र किती मोठे आहे, हे लक्षात आले नव्हते. पण शाश्वत विकासाबद्दलच्या चिंतनाच्या निमित्ताने माझे माहिती घेणे सुरू झाले आणि लक्षात आले की हे क्षेत्र फार प्रचंड मोठे आहे.

जागतिक पातळीवरचे फक्त रिपेअर आणि मेंटेनन्सचा व्यवसाय २०२३मध्ये अंदाजे १५३६.४७ अब्ज डॉलर्स इतका अपेक्षित आहे. त्यातील फक्त इलेक्ट्रॉनिक्स साधनांच्या दुरुस्तीची बाजारपेठ अंदाजे १२१.६५ अब्ज डॉलर्स इतकी प्रचंड आहे तर भारतातील इलेक्ट्रॉनिक साधनांच्या रिपेअरचा व्यवसाय अंदाजे २० अब्ज डॉलर्स इतका अपेक्षित आहे. यामध्ये सर्वांत लोकप्रिय इलेक्ट्रॉनिक साधन म्हणजे अर्थातच मोबाईल फोन हेच आहे, कारण जवळजवळ ९६ टक्के ग्राहक मोबाईलचा वापर करतात आणि त्यांना दुरुस्ती आणि सेवेची गरज भासतेच. मॅन्युफॅक्चरिंग असोसिएशन फॉर इन्फर्मेशन टेक्नॉलॉजीच्या मते फक्त रिपेअर आणि मेंटेनन्सच्या कामातून पाच लाखांहून अधिक रोजगार निर्माण होण्याची क्षमता आहे.

भारतात, विशेषतः दिल्ली, हैदराबाद, बेंगळुरू, कोलकाता, चेन्नई, मुंबई आणि पुणे यांसारख्या हायटेक शहरात रिपेअर आणि मेंटेनन्स व्यवसायाची सर्वांत मोठी गरज आहेच, पण आता निमशहरी भागात आणि खेडेगावातसुद्धा स्मार्टफोन्स पोहोचले असल्याने अगदी छोट्या गावातही मोबाईल रिपेअर आणि मेंटेनन्सच्या सेवेची गरज निर्माण झाली आहे. आजकाल कोणत्याही गावात गेले तरी मोबाईल विक्री व सेवेचे दुकान हमखास दिसते. या दुकानात नव्या स्मार्टफोन्सप्रमाणेच वापरलेल्या पण दुरुस्ती करून नूतनीकरण केलेल्या सेकंडहँड स्मार्टफोन्सची मागणी पण खूपच मोठी आहे. शहरात नवी विक्री करताना जुने फोन सवलतीत विकत घेतले जातात आणि ते नव्यासारखे करून ग्रामीण किंवा निमशहरी भागात स्वस्तात विकले जातात. या स्मार्टफोन्समध्ये कोणताही बिघाड झालेला नसतो, त्यामुळे ते चांगले वापरले जाऊ शकतात. अशा रिफर्बिश्ड म्हणजेच नूतनीकरण केलेल्या स्मार्टफोन्सची पण बाजारपेठ वाढते आहे. एका संशोधनानुसार या वापरलेल्या

(सेकंडहँड) स्मार्टफोन्सची बाजारपेठ २०२२मध्ये अंदाजे ६४ अब्ज डॉलर्स इतकी होती व २०३०पर्यंत ती १४६ अब्ज डॉलर्सपर्यंत पोहोचण्याची शक्यता आहे. सध्या नव्या स्मार्टफोन्सची बाजारपेठ ५६८ अब्ज डॉलर्स आहे. याचाच अर्थ जवळजवळ १० टक्क्यांहून अधिक बाजारपेठ ही वापरून नवीन केलेल्या वस्तूंच्या – स्मार्टफोनच्या बाजारपेठेची आहे. अर्थातच हे प्रमाण वाढवण्यासाठी जाणीवपूर्वक प्रयत्न करण्याची गरज आहे. कारण एकदा स्मार्टफोन कचऱ्यात टाकला की तो ई-कचरा म्हणून जमिनीत गाडला जातो आणि तो पर्यावरणाचे मोठे नुकसान करतो. या स्मार्टफोनमधील प्लॅस्टिकचे विघटन होत नाही. विषारी लिथियम-आयन बॅटरीजमुळे निर्माण होणाऱ्या आरोग्यविषयक समस्या (लिथियम-आयन बॅटरीज कचऱ्यात टाकून दिल्या जातात. त्यामुळे कचऱ्याला आग लागून परिसरात विषारी वायू पसरतो. त्याचप्रमाणे या बॅटरीमधले विषारी उत्सर्जन पाण्यात शिरून पाणीपुरवठा व एकूणच नदीनाल्यांची परिसंस्था दूषित करते व मानवी आरोग्याला धोका पोहोचवते.) तर सर्वांनाच माहिती आहे. त्यामुळे वापरात नसलेले स्मार्टफोन्स गोळा करून, ते दुरुस्त करून नव्याने जुन्या बाजारात विकणे हे पर्यावरण रक्षणासाठी मोठे काम होऊ शकते. आता या बाजारपेठेचा आकार फक्त दहा टक्के असला तरी कालांतराने हा आकार वाढवत पुनर्वापर केलेले स्मार्टफोन्स वापरणे हे पर्यावरणासाठी उपकारक आहे या मुद्द्याला प्रतिष्ठा मिळवून दिली आणि मुख्य प्रवाहात हा वापर आणला तर किती तरी नुकसान टळू शकेल, पण यासाठी मोठ्या प्रमाणावर काम करावे लागेल हे लक्षात येऊ लागले.

स्मार्टफोन्स आणि इतर इलेक्ट्रॉनिक्स साधनांची दुरुस्ती आणि सेवा सध्या असंघटित आणि विस्कळित आहे. गावागावांतून हजारो लोक मोबाईल विक्री व सेवेची दुकाने चालवतात, काहीही पात्रता नसताना दुरुस्ती करतात, कोणीही त्यांना दुरुस्तीचे प्रशिक्षण घेतले आहे का, याचे सर्टिफिकेट मागत नाही व याबाबत काही कायदा आहे याची जागरूकताही सर्वसामान्य ग्राहकांमध्ये नाही. त्यामुळे जर मोबाईल रिपेअर क्षेत्राला संघटित केले, यात काम करणाऱ्यांना प्रशिक्षित करून त्यांना हार्डवेअर रिपेअरिंगचे विद्यापीठ किंवा समकक्ष शिक्षणसंस्थांचे प्रमाणपत्र दिले, तर अनेकांना हा व्यवसाय करता येईल आणि गावागावातील दुकानात अधिकृत रिपेअरिंग इंजिनिअर्स तयार होऊ शकतील. एकदा या रोजगाराला प्रतिष्ठा मिळाली की हा व्यवसाय संघटित होऊन रुजायला वेळ लागणार नाही. त्याचप्रमाणे

सेकंडहँड स्मार्टफोन विक्री व सेवेची खात्री वाटली, लिखित वॉरंटी मिळू लागली की नव्या स्मार्टफोन्स निर्मितीचे प्रमाण कमी होईल. जुन्याच स्मार्टफोन्सना रिसायकल करता येईल आणि नैसर्गिक साधनसंपत्तीचा ऱ्हास काही प्रमाणात कमी होईल. थोडक्यात, रिपेअर आणि मेंटेनन्सच्या व्यवसायाला मुख्य धारेत आणण्याची गरज आहे आणि त्यासाठी जाणीवपूर्वक प्रयत्न करणे गरजेचे आहे हे लक्षात आले.

अर्थात, हे इतके सोपे नाही याची जाणीव आहे, कारण असंघटित क्षेत्रात अनेक हितसंबंध गुंतलेले आहेत. जुन्या बाजारातील किमतींवर कुणाचेच नियंत्रण नसल्याने व यात फायदाही प्रचंड असल्याने अनेकांना हे क्षेत्र असंघटित ठेवण्यातच रस आहे. यामुळे दुरुस्ती व सेवा विक्रीच्या क्षेत्राला संघटित करायचे असेल तर कायद्याचा आधार असला पाहिजे आणि शासन पातळीवर याबद्दल जागरूकता असायला हवी.

या निमित्ताने, माझा दुरुस्ती क्षेत्रातील कायद्यांबद्दलचा विचार सुरू झाला आणि दुरुस्तीचा हक्क कायदा अर्थात, राईट टू रिपेअर ॲक्टबद्दल माहिती घेणे सुरू झाले...!

राईट टू रिपेअर ॲक्ट : ग्राहकांना सक्षम करणारा कायदा

राईट टू रिपेअर ॲक्ट म्हणजेच दुरुस्तीच्या हक्काचा कायदा. हा कायदा भारतात ग्राहक क्रांती आणणारा ठरू शकतो. कारण भारतात पाश्चिमात्य देशांतील वापरा आणि फेका संस्कृतीपेक्षाही दुरुस्त करून वापरण्याची संस्कृती अनेक वर्षांपासून आहे. भारतात दुरुस्ती करणाऱ्यांना कारागीर म्हणून ओळखले जाते आणि त्यांचा आदरही केला जातो. भारतीय कृषी संस्कृतीत वापरल्या जाणाऱ्या सर्व साधनांची दुरुस्ती करणारे कारागीर प्रत्येक गावात असतातच. मग ते चप्पल शिवणारा कारागीर असो किंवा कापड शिवणारा मास्तर असो किंवा घड्याळ दुरुस्त करणारा घड्याळजी असो किंवा बैलगाडी दुरुस्त करणारा सुतार असो; दुरुस्तीची सेवा देणारी दुकाने प्रत्येक गावात असतातच. पूर्वी शेती संस्कृतीत ही सारी कामे गावगाड्यात बारा बलुतेदारांकडून व्हायची; पुढे काळानुरूप बदल होत गेला. विहिरीवर ऑईल इंजिन्स आली, गावात मोटारसायकली व जीप गाड्या फिरू लागल्या, तसतसे गावात मेकॅनिक, इलेक्ट्रिशिअन्स पण दिसू लागले.

भारत हा कृषिप्रधान देश असल्याने पहिल्यापासूनच इथला शेतकरी शेती, झाडे, निसर्ग, गायी, बैल यांच्यावरच अवलंबून आहे. शाश्वत विकासाच्या सर्व संकल्पना या देशाच्या मातीत रुजलेल्या आहेत. निसर्ग आपल्याला देतो व त्याचा आदर केला पाहिजे ही इथल्या संस्कृतीची शिकवण आहे. भारत देश विविध परंपरांनी समृद्ध आहे. इथे सतत सण-उत्सव चालू असतात. गणपती असोत किंवा दिवाळी, पोंगल असो की होळी, हे सर्व सण निसर्गातील ऋतुचक्राप्रमाणे साजरे केले जातात. चैत्राच्या पहिल्या पालवीपासून फाल्गुन महिन्यातील रंगपंचमीपर्यंत सर्व सण-उत्सवांचा संबंध निसर्गचक्राशी असल्याने प्रत्येक भारतीयाच्या मनात निसर्गप्रेम रुजलेले असते. गोपालनाबद्दलची भारतीयांची आस्था तर जगभर परिचित आहे. कृषिप्रधान संस्कृतीतील दैनंदिन जीवन पाहिले तरी त्यात रोजच्या वापरातल्या वस्तूंचा पुनर्वापर करण्यावर भर दिलेला दिसतो. गावोगावी असणाऱ्या बारा बलुतेदार-कुशल कारागिरांना मान दिलेला दिसतो. त्यामुळे भारतात राईट टू रिपेअरच्या वेगळ्या कायद्याची गरज वाटली नसावी; इतक्या हक्काने सर्व वस्तू दुरुस्त केल्या जातात. किंबहुना भारतात कोणत्याही यंत्राचा अभ्यास करून तशा स्वरूपाचे यंत्र स्थानिक पातळीवर स्वतःलाच बनवता येईल का, याचाही विचार काही हुशार माणसे करतात. इंजिनिअरिंगची कोणतीही अधिकृत पदवी नसताना अडाणी माणसेसुद्धा जुगाड करून नवे नवे शोध लावतात. भारतातील जुगाड संस्कृती ही जगभर नावाजली गेली आहे आणि ती दुरुस्तीला प्रोत्साहन देणारीच आहे.

हे सारे प्रयोग आणि प्रयत्न मात्र असंघटित स्वरूपात आणि काही वेळा अनधिकृतरित्याही चाललेले असतात. या सर्वांना एकाच सूत्रात बांधून अधिकृतपणे एखादा ब्रँड तयार करून संघटित क्षेत्रात आणले तर दुरुस्ती सेवेच्या बाजारपेठेची व्याप्ती किती तरी मोठी होऊ शकते. भारतातील ग्रामीण भागात ही परिस्थिती असतानाच शहरात मात्र औद्योगिकीकरणामुळे लहानसहान गोष्टींवरचे अवलंबित्व वाढले आहे. शहरीकरणाचा वेगही इतका प्रचंड आहे की गावाकडून लाखो लोक शहरात धाव घेऊ लागले आहेत. शहरांत सर्व प्रकारच्या वस्तूंसाठी दुरुस्ती आणि सेवेची दुकाने उपलब्ध आहेत, पण यातील वस्तू अनेकदा नक्कल केलेल्या किंवा डुप्लिकेट असतात.

भारतात तुम्ही एखादी इलेक्ट्रॉनिक वस्तू किंवा वाहन घेऊन दुरुस्तीसाठी कोणत्याही मेकॅनिककडे गेलात आणि तुम्हांला जर पार्ट बदलायचा असेल तर तो ओरिजिनल देऊ की डुप्लिकेट, असे विचारेल आणि किमतीतला फरक पाहून ग्राहकही अस्सलपेक्षा अनधिकृत बाजारपेठेतील नकली वस्तू घेणे पसंत करताना दिसेल. एखाद्या जागरूक ग्राहकाने मूळ कंपनीचा अस्सल पार्ट वापरण्याचा आग्रह धरला तर हमखास आठ दिवस थांबायला सांगितले जाईल आणि आठ दिवसांनी गेल्यावर मूळ कंपनीत माल शिल्लक नाही किंवा कंपनीने स्पेअर पार्ट बनवणे बंद केले आहे असे उत्तर मिळेल. नाइलाजाने ग्राहकाला पुन्हा नकली बाजारपेठेतूनच वस्तू खरेदी करावी लागते.

भारतात कुठेही गेलात तरी हा सार्वत्रिक अनुभव येतो. पारंपरिक पद्धतीने ग्राहकाला गृहीत धरून चालणारी ही परिस्थिती बदलायची असेल आणि दुरुस्तीची सेवा ग्राहकाभिमुख करायची असेल, तर ग्राहकाला त्याच्या मौल्यवान वस्तूंचा दुरुस्तीचा हक्क देणारा कायदा संमत व्हायला हवा, याबाबत कुणाचे दुमत असण्याचे काही कारण नाही.

दुरुस्तीचा कायदा किंवा राईट टू रिपेअर ऑक्ट ग्राहकाला त्याच्या मालकीच्या वस्तूंना दुरुस्त करण्याचा हक्क देतानाच तो वापरत असणाऱ्या वस्तूंबद्दल संपूर्ण माहिती मिळवण्याचा आणि त्याप्रमाणे त्याला हवा तो निर्णय घेण्याचा हक्क देतो.

ग्राहकाची सक्षमता :

द राईट टू रिपेअर ऑक्ट ग्राहकाला त्याने विकत घेतलेल्या वस्तूंबाबत निर्णय घेण्यासाठी सक्षम बनवतो, कचरा कमी करण्यासाठी मदत करतो आणि वस्तू बदलण्यापेक्षा दुरुस्त करून वापरण्याचे स्वातंत्र्य देतो; जेणेकरून त्याचे पैसे वाचू शकतील.

ई-कचऱ्यात घट :

या कायद्यामुळे वस्तूंची दुरुस्ती करून पुनर्वापर होणार असल्याने ई-कचरा त्या प्रमाणात कमी होतो. यामुळे पर्यावरणाचे नुकसान कमी होण्यास हातभार लागतो.

रोजगारनिर्मिती :

ग्राहक मोठ्या प्रमाणावर वस्तूंची दुरुस्ती करून वस्तू वापरायला लागले की आपोआपच दुरुस्ती करणाऱ्या कुशल कारागिरांची मागणी वाढते आणि त्याचा उपयोग आर्थिक उलाढालीत वाढ होण्यासाठी किंवा आर्थिक विकास होण्यासाठी

होतो व तितक्या प्रमाणात रोजगारही वाढतो. गावातील तरुणांचे शहराकडे जाण्याचे प्रमाण कमी होते कारण त्यांना गावातच रोजगार मिळण्याची शक्यता वाढते. तसेच नॅनो उद्योजकांमध्येही वाढ होते.

द राईट टू रिपेअर चळवळीला सुमारे २०००मध्ये सुरुवात झाली. उत्पादकांनी आपल्या उत्पादनांबद्दल घातलेल्या अनेक नियम आणि अटींमुळे ग्राहकांना आपल्या वस्तू दुरुस्त करण्यास निर्बंध येत होते. अनेकदा वस्तूंचे स्पेअर पार्ट्स कंपन्या उपलब्धच करून देत नसल्याने नाइलाजाने ग्राहकांना नव्या वस्तू खरेदी कराव्या लागायच्या. या चळवळीचा मुख्य उद्देश हा ग्राहकांना त्यांच्या वस्तू दुरुस्त करण्याचा हक्क मिळवून देण्याबद्दलचा आहे. एकदा एखाद्या कंपनीची वस्तू खरेदी केली की त्या वस्तूच्या संदर्भात कंपनीने प्रकाशित केलेले माहितीपुस्तक मिळण्याचा, वस्तूची लाईफ सायकल पूर्ण होईपर्यंत त्याचे स्पेअर पार्ट्स आणि ते लावण्यासाठी आवश्यक असणारे टूल्स मिळणे हा ग्राहकाचा हक्क आहे. अशी चळवळ अमेरिका व युरोपमध्ये सुरू आहे.

द राईट टू रिपेअर कायद्याची संकल्पना अगदी सोपी आहे. इलेक्ट्रॉनिक, ऑटोमोबाईल किंवा कोणत्याही तंत्रज्ञानाचा वापर करून तयार केलेल्या उत्पादनाचे जे ग्राहक किंवा प्रत्यक्ष वापरकर्ते आहेत – मग ते व्यक्ती असोत किंवा एखादी कंपनी असो – त्यांना ग्राहक म्हणून खालील हक्क मिळाले पाहिजेत.

१. कोणतेही उत्पादन अशा पद्धतीने बनवले पाहिजे की त्याची दुरुस्ती करता येणे शक्य असावे आणि ती सोपीही असावी.

२. ग्राहकांना किंवा दुरुस्ती करणाऱ्यांना स्पेअर पार्ट्स आणि ते बदलण्यासाठी वापरायची टूल्स सहजपणे व रास्त बाजारभावात उपलब्ध व्हावीत.

३. उत्पादनाचे डिझाईन असे असावे की ते सहजपणे दुरुस्त करता यावे आणि त्यासाठी एखादे सॉफ्टवेअर वापरण्याचे किंवा विकत घेण्याचे बंधन असू नये.

४. ग्राहकाने उत्पादन विकत घेतानाच ते दुरुस्त कसे करता येईल, याबद्दलची माहिती उत्पादकाने स्पष्टपणे लेखी स्वरूपात ग्राहकाला सांगितली पाहिजे.

राईट टू रिपेअर कायद्याचे ध्येयच मुळी ग्राहकांनी नव्या वस्तू विकत न घेता त्या दुरुस्त कराव्यात असा असल्याने त्या रास्त किमतीत म्हणजेच परवडणाऱ्या

किमतीत उपलब्ध कराव्यात ; जेणेकरून निसर्गाची कमीतकमी हानी होऊन शाश्वत विकासाला हातभार लावता येईल व ई-कचरा कमी करण्यास मदतही होईल.

या चळवळीमुळे २०२१ पर्यंत अनेक देशांनी राईट टू रिपेअर कायदा लागू करण्याच्या दिशेने पावले उचलली.

अमेरिकेत मॅग्नसन-मॉस वॉरंटी कायद्याअंतर्गत उत्पादकांनी विक्री करताना लेखी वॉरंटी दिल्यास त्या कालावधीपर्यंत उत्पादनाची संपूर्ण दुरुस्तीची जबाबदारी ही उत्पादकावर टाकण्यात आली आहे. त्याचप्रमाणे अमेरिकेने राज्य आणि केंद्रात लागू केलेल्या मोटार व्हेईकल ओनर्स राईट्स टू रिपेअर ऑक्टही स्वतंत्रपणे संमत करण्यात आला आहे. ब्रिटनमध्ये ग्राहकांना वस्तूंच्या दुरुस्तीचा किंवा बदलून देण्याचा हक्क कन्झ्युमर राईट्स ऑक्ट २०१५ अंतर्गत देण्यात आला आहे. या कायद्याप्रमाणे ग्राहकाला कोणतेही उत्पादन किंवा सेवा ३० दिवसांत परत करण्याचा, बदलून घेण्याचा किंवा दुरुस्ती करून मागण्याचा अधिकार दिला गेला आहे.

भारतात द कंझ्युमर अफेअर मिनिस्ट्री (MCA) ने राईट टू रिपेअर कायद्याचे फ्रेमवर्क तयार करण्यासाठी एक समिती तयार केली आहे. या समितीचे काम सुरू झाले आहे. भारतातील ग्राहकांना नव्या वस्तू खरेदी करण्यापेक्षा त्यांना जुन्याच वस्तू रास्त किमतीत दुरुस्त करण्याचा अधिकार मिळणार आहे. यामध्ये शेतीसाठी लागणारी साधने, मोबाईल फोन्स, टॅबलेट्स, ऑटोमोबाईल्स आणि ग्राहकोपयोगी वस्तूंचा समावेश आहे.

राईट टू रिपेअर चळवळीमुळे एक महत्त्वाचा फरक घडतो आहे. तो म्हणजे मोठमोठ्या कंपन्यांनी आपले निर्बंध कमी करून ग्राहकांना दुरुस्ती करण्याचे अधिकार देऊ केले आहेत. उदाहरणार्थ, जॉन डेरे या शेतीसाठी ट्रॅक्टरसाठी अवजारे बनवणाऱ्या कंपनीने अमेरिकन फार्म ब्युरो फेडरेशनबरोबर सामंजस्य करार करून त्यांची उत्पादने स्वतंत्ररीत्या दुरुस्त करता येईल असे मान्य केले आहे. या आधी फक्त जॉन डेरेच्या अधिकृत केंद्रातच या वस्तू दुरुस्त व्हायच्या. शेतकऱ्यांनी स्वतः किंवा अन्य कुणा मेकॅनिकमार्फत त्यांच्या वस्तूंची दुरुस्ती केली, तर त्यास कंपनी मान्यता द्यायची नाही. अशाच प्रकारचे निर्बंध अनेक कंपन्या आपल्या नियम आणि अटींमध्ये टाकतात. ऑपलचे कोणतेही उत्पादन बिघडले तर अधिकृत दुरुस्ती केंद्रात जाऊनच त्याची दुरुस्ती करता येते, पण २०२२मध्ये ऑपल कंपनीने ग्राहकांना बॅटरी आणि स्क्रीनची दुरुस्ती इतरत्र करण्यास परवानगी दिली. ऑपलने

त्यांची उत्पादने दुरुस्त करून किंवा नव्याने बनवून सेकंडहँड म्हणून विक्री करायला निर्बंध घातले होते. त्यामुळे ॲपलचा राईट टू रिपेअरला विरोध आहे असा ग्राहकांचा समज झाला आहे.

या संदर्भात जनजागृती झाल्याने आता अशा प्रकारची भूमिका घेणे ही शाश्वत विकासाच्या विरोधी आहे असे समजले जात असल्याने अनेक कंपन्यांनी आपले दुरुस्तीचे धोरण बदलले आहे. फेअरफोन सारख्या कंपन्यांनी सहज दुरुस्ती करता येतील असे फोन जाणीवपूर्वक काढले. काही कंपन्यांनी तर 3D प्रिंटने पार्ट्स तयार करून दुरुस्त करता येईल अशी माहितीही द्यायला सुरुवात केली आहे. या राईट्स टू रिपेअर मधला महत्त्वाचा भाग आहे — तो म्हणजे उत्पादकांनी उत्पादनाशी निगडित महत्त्वाची माहिती ग्राहकांना व स्वतंत्रपणे दुरुस्ती करणाऱ्या प्रत्येकाला उपलब्ध करून दिली पाहिजे. यामध्ये दुरुस्तीचे माहितीपत्रक, त्यासाठी वापरायची टुल्स, आवश्यक ती सॉफ्टवेअर्स सहजपणे वेबसाईटवर किंवा छापील माहितीपत्रकात उपलब्ध असली पाहिजेत.

उत्पादनाची विक्री करताना त्यात जाहीर केलेल्या जीवनचक्रापर्यंत (लाईफ सायकल) सर्व आवश्यक ते स्पेअर पार्ट्स उपलब्ध करून देण्याची जबाबदारी घेतली पाहिजे.

- हे पार्ट्स रास्त किमतीत सर्वत्र उपलब्ध असले पाहिजेत.
- याबाबत ग्राहकांनी वॉरंटी काळात अन्य कोणाकडून दुरुस्ती करून घेण्यावर निर्बंध घालणे किंवा दंड आकारणे या अटी उत्पादकांना घालता येणार नाहीत.
- रिपेअरिंगच्या कालावधीतील डाटा सुरक्षेची जबाबदारी उत्पादकांनी घेतली पाहिजे.
- उत्पादकांनी उत्पादनाच्या कालावधीबद्दल व वॉरंटीबद्दलची सर्व माहिती पारदर्शकपणे दिली पाहिजे.

या कायद्यानुसार उत्पादकांनी दुरुस्तीच्या, पुनर्निर्मितीच्या, पुनर्वापराच्या तसेच या उत्पादनाची पर्यावरणपूरक विल्हेवाट कशी लावायची, याबद्दल ठळक सूचना ग्राहकांना दिल्या पाहिजेत.

द राईट टू रिपेअरबद्दलची जागरूकता भारतात त्या मानाने कमी आहे, पण पाश्चिमात्य देशात याबद्दल गंभीरपणे विचार चालू झाला आहे. मोठमोठ्या कंपन्या यावर उपाय शोधत आहेत.

द राईट टू रिपेअर ॲक्टचा इतिहास

या कायद्याचा विचार करायचा झाला तर थोडक्यात याची सुरुवात कशी झाली याबद्दलही जाणून घेणे गरजेचे आहे. आपण पाहिले त्याप्रमाणे भारतातील कृषिसंस्कृतीमध्ये निर्माण होणारी सर्व उत्पादने ही सहसा निसर्गातच पुन्हा मिसळून जायची. वस्तूंची आणि उपकरणांची संख्या खूप कमी होती आणि त्यांचा वापरही मर्यादित होता, पण औद्योगिक क्रांतीनंतर आणि विशेषतः प्लॅस्टिकसारख्या जैविकदृष्ट्या विघटन होऊ न शकणाऱ्या पदार्थांचा वापर वाढल्यानंतर निसर्गाच्या हानीचा धोका वाढत गेला.

शेती संस्कृतीनंतर युरोपातून औद्योगिक क्रांती जगभर पसरली. या औद्योगिक क्रांतीचा वेग वाढवला तो फोर्ड कंपनीने. जेव्हा त्यांनी असेम्ब्ली लाईन (म्हणजे पूर्वी प्रत्येक कार वेगळी बनवली जायची. त्यामुळे एक बनवायला वेळ लागायचाय फोर्डने पहिल्यांदा फॅक्टरीत एकाच लांब पट्ट्यावर वाहनांची जुळवणी सुरू केली. ज्यामुळे वाहननिर्मितीचा वेग प्रचंड वाढला. पुढे हा जुळवणी पट्टा प्रत्येक वस्तूसाठी वापरात आला.) तयार केली, तेव्हा सर्वांनाच आपल्या उत्पादनाचे रूपांतर कच्च्या मालातून पक्क्या मालात करताना एकाच ठिकाणी एकाच बेल्टवर कसे करता येईल आणि किती वेगात उत्पादन निर्मिती करता येईल, याचे व्यवस्थापन शास्त्र तयार झाले. निर्माण होणारे उत्पादन एकसारखेच तयार होत होते, म्हणून फोर्ड आपल्या वाहनांचे स्पेअर पार्ट्स सहज बदलता येतील असे आणि कोणत्याही गाडीला बसवता येतील असे तयार करत असे. पण जनरल मोटर्सने त्यांच्या स्पर्धेत दरवर्षी गाड्यांच्या आकारात, प्रकारात भरपूर बदल करून विविधता आणली. यामुळे जनरल मोटर्सकडे ग्राहक आकर्षित व्हायला लागले. हे पाहून फोर्डने पण तेच धोरण आखले. त्यामुळे दुरुस्ती करण्यातला सोपेपणा गेला आणि सर्व प्रकारचे स्पेअर पार्ट्स उपलब्ध करणे क्रमप्राप्त ठरले. यातून १९१०च्या दशकात स्वतंत्र सर्व्हिस सेंटर्स सुरू झाली. ही खरी औद्योगिक क्षेत्रातली संघटित दुरुस्ती सेवा केंद्रे होती. कंपन्यांची अधिकृत सर्व्हिस सेंटर्स, त्यांची प्रमाणित सेवा आणि एकसारखे

दर यांमुळे अशा विविध कंपन्यांच्या आणि विविध उत्पादनांच्या सर्व्हिस सेंटर्सच्या साखळ्या सर्व अमेरिकाभर सुरू झाल्या.

सातत्याने येणाऱ्या नवनवीन मॉडेल्समुळे ग्राहक नव्या गाड्यांना पसंती द्यायला लागले. सतत दुरुस्त कराव्या लागणाऱ्या किंवा जुन्या गाड्यांना मागणी नव्हती पण पहिल्या महायुद्धानंतरच्या महामंदीच्या काळात नव्याची मागणी कमी झाली आणि आहे त्या गाड्यांची दुरुस्तीही स्वतः ग्राहकांनीच करण्यावर भर दिला. त्यामुळे या सर्व्हिस सेंटर्सनी जुन्या गाड्यांचे नूतनीकरण करून सेकंडहँड गाड्या विकण्यावर भर दिला. या सेकंडहँड गाड्यांना मागणी वाढल्याने जुन्या गाड्यांना हुबेहूब नव्या गाड्यांसारखे करून विकता येणार नाही कायदा करावा लागला. दुरुस्त केलेल्या वस्तू आणि नव्या वस्तू यांतील सीमारेषा न्यायाधीशांनी पक्की केली आणि जगभर नव्या वस्तूंचे शोरूम आणि रिपेअरिंग सेंटर्स वेगळी झाली.

पुढे १९५०नंतरच्या दशकात संगणकाचे वारे वाहू लागले. आयबीएम कंपनी संगणक विक्रीमध्ये आघाडीवर होती. हे संगणक मशीन्स सॉफ्टवेअर्ससकट विकले जायचे. तांत्रिकदृष्ट्या ग्राहकांना आयबीएम लीजवर मशीन द्यायची व वापर झाल्यावर परत जमा करून घ्यायची. या मशीन्सवर दुसऱ्या कोणत्याही सॉफ्टवेअर्सचा वापर करण्यावर आयबीएमने निर्बंध आणले. पण या मोनापॉली तयार करण्याच्या भूमिकेवर अमेरिकन कोर्टाने ताशेरे तर ओढलेच, पण आयबीएमला संगणकाची विक्री केल्यानंतर ग्राहकाला त्यांना दुरुस्त करायचा, विक्रीपश्चात सेवा मिळवण्याचा आणि त्यांना हवी ती सॉफ्टवेअर्स वापरण्याचा पूर्ण हक्क आहे असा आदेश दिला. याचा परिणाम म्हणजे संगणक मशीन्सच्या बाजारपेठेत स्पर्धा सुरू झाली आणि अखेर १९९७मध्ये ग्राहकांवर निर्बंध घालणाऱ्या संमतिपत्राची अट या कंपनीला मागे घ्यावी लागली. दरम्यान अनेक खटल्यांमध्ये ग्राहकांना दुरुस्तीचा हक्क असल्याचे दावे अमेरिकन कोर्टाने मान्य केले. १९६१मध्ये एका कोर्टात पेटेंटेड प्रॉडक्ट्समध्ये दुरुस्ती करण्याचा हक्क ग्राहकाला दिला.

आयबीएमच्या निकालानंतर संगणक आणि वाहन उद्योगातील अनेक कंपन्यांनी ग्राहकांचा दुरुस्तीचा हक्क तर मान्य केलाच, पण आपली उत्पादने सहज दुरुस्त करता येतील अशी बनवण्याचा सपाटा लावला. त्यामुळे ऑपलसारख्या कंपन्या झपाट्याने लोकप्रिय झाल्या; कारण त्यांनी पहिल्यांदाच असे संगणक विकले की ज्यांच्या सर्किट बोर्डची माहिती दिलेली होती. सहजपणे त्यांचे

इलेक्ट्रॉनिक घटक बदलता येत होते व हे मदरबोर्ड कसे दुरुस्त करायचे, याचे माहितीपत्रक पण उपलब्ध होते.

१९५०च्या दशकात गाड्यांमध्ये मेकॅनिकल इंजिनिअरिंगबरोबरच इलेक्ट्रॉनिक्सचा वापरही मोठ्या प्रमाणावर होऊ लागला. सेमीकंडक्टर्सचा वापर वाढू लागला आणि १९७०नंतर जेव्हा इलेक्ट्रॉनिक्स आणि मेकॅनिकल घटकांचे मिश्र प्रमाण वाढू लागले, तेव्हा गाड्या दुरुस्तीसाठी खास उपकरणांची निर्मिती करणे भाग पडले. या घटकांचे स्पेअर पार्ट्स किंवा टूल्स फक्त उत्पादकांकडूनच घ्यावी लागायची. जर उत्पादकाने हे घटक उपलब्ध करून दिले नाहीत, तर सामान्य मेकॅनिक काहीच करू शकत नसे. यातूनच १९७५मध्ये पहिल्यांदा अमेरिकेत मॅग्नुसन – मॉस वॉरंटी – कायदा आला आणि उत्पादकांनी वॉरंटी दिली तर त्या कालावधीपर्यंत स्पेअर पार्ट्स उपलब्ध करून देण्याची जबाबदारी पण उद्योजकांवर टाकण्यात आली.

१९९०च्या दशकानंतर सर्वच क्षेत्रात सॉफ्टवेअर्स वापरायला सुरुवात झाली. ही सॉफ्टवेअर्स कॉपीराईट कायद्यानुसार कुणालाही वापरता यायची नाहीत. त्यामुळे एखाद्या यंत्राची दुरुस्ती करायची झाल्यास मूळ सॉफ्टवेअर विकत घ्यावे लागायचे. याविरुद्ध अनेक खटले दाखल झाले आणि त्यातूनच डिजिटल मिलेनियम कॉपीराईट ऑक्ट १९९८द्वारे यंत्राच्या दुरुस्तीसाठी सॉफ्टवेअर उपलब्ध करून देण्याचा हक्क ग्राहकांना मिळाला. याचाच दुसरा परिणाम म्हणजे पुढील काळात सॉफ्टवेअर लॉक्सचे प्रमाणही वाढले.

याच सुमारास घरोघरी प्रिंटर्स उपलब्ध होऊ लागले आणि प्रिंटर्स उत्पादकांनी यात इंक कार्टेजेसच्या व्यवसायाची संधी शोधली. त्यांनी प्रिंटर्सच्या किमती अगदी स्वस्त ठेवून शाई मात्र महाग उपलब्ध करून द्यायला सुरुवात केली. अनेक जण त्यामुळे शाई रिफिल करून घ्यायला लागले. यावर निर्बंध घालण्यासाठी या उत्पादकांनी विविध उपाय शोधले. रिफिल केलेले कार्टेज वापरले की प्रिंटर खराब होऊ लागले किंवा बंद पडू लागले. याविरुद्धदेखील ग्राहकांचा रिफिल करण्याचा अधिकार २०१७मध्ये मान्य करण्यात आला.

अशा प्रकारे, हे शतक सुरू होताना म्हणजे सन २०००च्या सुमारास हवामान बदलाबाबत, वाहनांमधून होणाऱ्या कार्बन प्रदूषणाबद्दल मोठ्या प्रमाणावर चर्चा सुरू झाली. वाहन उत्पादकांवर अनेक निर्बंध घालण्यात आले. या सर्वांमुळे वाहन

दुरुस्तीदेखील गुंतागुंतीची प्रक्रिया झाली. याचाच पुढचा टप्पा म्हणून ग्राहकांच्या हक्कासाठी पहिले राईट टू रिपेअर विधेयक ऑगस्ट २००१मध्ये अमेरिकेचे संसद सदस्य पॉल वेल्स्टोन, जो बार्टन आणि एडोल्फस टाऊन्स यांनी संसदेत मांडले. अमेरिकेतल्या न्यूयॉर्क, न्यू जर्सी, कनेक्टिकट यासारख्या अनेक राज्यांनी हे विधेयक मान्य केले. अर्थातच वाहन उत्पादक लॉबीकडून या विधेयकाला विरोध झाला आणि सुरुवातीला वाहन उत्पादकांनी दुरुस्तीसाठी स्पेअर पार्ट्स पुरवण्याचे व सहकार्य करण्याचे स्वयंस्फूर्त करार करण्याचे मान्य केले, पण एका सर्वेक्षणानुसार ५९ टक्क्यांहून अधिक स्वतंत्र दुरुस्ती आणि सेवा पुरवणाऱ्या सर्व्हिस सेंटर्सना स्पेअर पार्ट्स आणि आवश्यक टूल्स मिळत नाहीत हे लक्षात आले. पण याचा परिणाम असा झाला की राईट टू रिपेअर कायद्याची गरज जास्तच जाणवायला लागली. वाहने आणि इतर इलेक्ट्रॉनिक साधनांच्या दुरुस्तीच्या हक्काचे अनेक खटले भरले गेले, पण राईट टू रिपेअरचा कायदा व्हायलाच पाहिजे असा आग्रह वाढू लागला, जेव्हा स्मार्टफोनसारखी सतत लागणारी साधने वापरात यायला लागली. संगणक, स्मार्टफोन्स आणि शेती उद्योगात वापरल्या जाणाऱ्या ग्राहकाभिमुखी इलेक्ट्रॉनिक्स किंवा कंझ्युमर इलेक्ट्रॉनिक्सच्या वापरामुळे राईट टू रिपेअर चळवळीला धार आली, कारण दुरुस्ती न करता फेकून देण्यात येणाऱ्या वस्तूंचा ई-कचरा इतका मोठा दिसू लागला की पर्यावरण रक्षण आणि हवामान बदलासाठी सामाजिक चळवळीतील कार्यकर्त्यांनाही राईट टू रिपेअर ऑक्ट महत्त्वाचा वाटू लागला.

मात्र उत्पादकांनाही जास्तीत जास्त विक्री महत्त्वाची वाटत होती. ऑपलसारख्या कंपन्यांनी स्मार्टफोन्सच्या सॉफ्टवेअर्समध्ये लॉक्स बसवली, जेणेकरून त्याचा पुनर्वापर करता येणार नाही किंवा ग्राहकांत अदलाबदली करता येणार नाही. आयफोनचा डिस्प्ले बदलता येत नव्हता आणि बदलायचा प्रयत्न केला तरी फेस आयडी सारखे फीचर्स वापरता यायचे नाहीत. २०१०च्या दशकात हाच प्रकार शेती उद्योगात जॉन डेरेने सुरू केला आणि सर्वच कन्झ्युमर इलेक्ट्रॉनिक्समध्ये हे आयडेंटिटी फिचर्स यायला सुरुवात झाली.

याला पहिला तडाखा २०१२मध्ये मॅसेस्युएट्समध्ये पहिला राईट टू रिपेअर ऑक्ट संमत झाला तेव्हा मिळाला. या कायद्यानुसार वाहन उद्योगांनी आपल्या वाहनांसाठी आवश्यक असणारी सर्व्हिस टूल्स किंवा साहित्य थेट ग्राहकाला किंवा

स्वतंत्र सर्व्हिस सेंटरला देणे बंधनकारक केले गेले. २०१८मध्ये अमेरिकेतल्या पन्नासहून अधिक राज्यांनी याच कायद्याचा अधिकार मान्य करून वाहन उद्योगांशी सामंजस्य करार केला. २०१३च्या सुमारास दुरुस्ती हक्कासाठी काम करणाऱ्या अनेक स्थानिक संस्थांनी एकत्र येऊन प्रयत्न करायला सुरुवात केली. सभासदांच्या वर्गणीवर चालणाऱ्या या संस्थेने सर्वच उद्योगातील दुरुस्तीपूरक धोरणे आणि कायदे, नियम आणि अटी, दुरुस्तीचा दर्जा, पुनर्विक्री, पुनर्निर्मिती याबद्दल कृतिकार्यक्रम हाती घेतला. यातील अनेकांनी तज्ज्ञांचा सल्ला घेऊन इलेक्ट्रॉनिक साधनांची दुरुस्ती, सायबर सिक्युरिटी, कॉपीराईट कायदा, वैद्यकीय, शेती, आंतरराष्ट्रीय व्यापार, ग्राहक हक्क, करार, ई-कचरा, इको डिझाईन मानके, सॉफ्टवेअर इंजिनिअरिंग आणि कायदा याबाबत एकत्रित येऊन काम करायला सुरुवात केली आणि अमेरिकेतल्या प्रत्येक राज्यात राईट टू रिपेअर कायदा लागू व्हावा यासाठी प्रयत्न सुरू केले.

याच दरम्यान कोरोनाने या चळवळीची गरज अधोरेखित केली. राष्ट्रीय आणि आंतरराष्ट्रीय पातळीवर राईट टू रिपेअर कायद्याची चळवळ सुरू झाली. मार्च २०२१मध्ये ल्युईस रॉसमन या दुरुस्तीचे दुकान चालवणाऱ्या युट्यूबरने राईट टू रिपेअर कायद्यासाठी बॅलेट कॅम्पेन चालवण्याकरता ६ दशलक्ष डॉलर्सच्या क्राउड फंडिंगसाठी लोकांना आवाहन केले. त्याच्या या प्रयत्नांना अमेरिकन नागरिकांनी पाठिंबा दिला. मे २०२१मध्ये फेडरेल ट्रेड कमिशनने 'निक्सिंग द फिक्स' हा अहवाल प्रकाशित केला आणि त्यामध्ये सर्वसामान्य लोकांना आपल्या साधनांची किंवा वाहनांची दुरुस्ती करताना किती आणि कोणत्या अडचणी येतात, याचा आढावा घेतला. उत्पादकांनी घातलेल्या अनेक अटींमुळे फक्त अधिकृत सर्व्हिस स्टेशन किंवा उत्पादकाकडूनच रिपेअर करून घेणे ग्राहकांना शक्यच नाही हे लक्षात आले. नाइलाजामुळे किंवा अधिकृत दुरुस्ती सेंटर उपलब्ध नसल्याने एखादेवेळी थर्ड पार्टी रिपेअर सेंटरला ग्राहक गेला की उत्पादक सर्व जबाबदारी ग्राहकावर ढकलून मोकळे होतात. त्यामुळे या अन्यायाविरुद्ध उत्पादकांना ग्राहकांनी स्वतः किंवा अन्य रिपेअर सेंटर्सकडून रिपेअर करण्यावर निर्बंध घालण्यावर निर्बंध घालावेत असे सुचवले. या अहवालावर आधारित प्रमोटिंग कॉम्पिटिशन इन अमेरिकन इकॉनॉमी हा अध्यादेश ९ जुलै २०२१मध्ये अमेरिकन प्रेसिडेंट जॉन बायडेन यांनी काढला.

न्यूयॉर्कचे गव्हर्नर केथी हॉचल यांनी २८ डिसेंबर २०२२ रोजी डिजिटल फेअर रिपेअर ऑक्टवर सही केली. या कायद्यामुळे ग्राहकांना उत्पादन खरेदी केल्यानंतर उत्पादकांनी स्वतंत्रपणे दुरुस्ती करण्याचे नकाशे व आरेखनासह माहितीपत्रक, तसेच ओरिजनल स्पेअर पार्ट्स उपलब्ध करून देणे बंधनकारक केले आहे. हा कायदा २०२३पासून लागू होणार आहे, पण यावर नॅशनल हायवे ट्रॅफिक सेफ्टी ॲडमिनिस्ट्रेशनने आक्षेप घेतला आहे आणि अशा प्रकारे सर्व डिझाईन व नकाशे ग्राहकांना उपलब्ध झाल्यास हॅकर्स याचा गैरफायदा घेतील असे त्यांचे म्हणणे आहे. या प्रकारे नवे वाद आणि दावे यातून राईट टू रिपेअर ऑक्टची प्रगती चालू आहे. मे २०२३मध्ये मिनेसोटा गव्हर्नर टिम व्हाल्झ यांनी आजवरच्या सर्वात मोठा राईट टू रिपेअर कायद्यावर सही केली, ज्यामध्ये १ जुलै २०२१नंतर उत्पादित झालेल्या सर्व उत्पादनांची सर्व्हिस मॅन्युअल्स ग्राहकांना उपलब्ध करून देण्याच्या सूचना दिल्या आहेत. हा कायदा १ जुलै २०२४पासून लागू होईल. तोपर्यंत अनेक चर्चा आणि वादांतून हे सर्व कायदे जाणार आहेत.

हा इतिहास वाचत असताना माझ्या लक्षात आले की, राईट टू रिपेअर हा भारतीयांसाठी एकदम नवा विषय आहे. या विषयावरची पुस्तकेही फार कमी आहेत. अरॉन पेझॉनोवस्की या रशियन लेखकाने 'राईट टू रिपेअर' नावाचे पुस्तक लिहिले आहे; ज्यात ग्राहकांना रिपेअरचा – दुरुस्तीचा हक्क देण्यासाठी शासन, कार्पोरेशन्स आणि उत्पादनाचे डिझाईनर्स कशा पद्धतीने भूमिका बजावू शकतात, याबद्दल ऊहापोह केला आहे. आपण खरेदी केलेल्या आणि आपल्या मालकीच्या असणाऱ्या वस्तूंवर आपणच कसा अधिकार मिळवू शकतो, हे त्याने संशोधन करून दाखवून दिले आहे. या नव्या एआयच्या जगात इंटरनेट ऑन थिंग्ज, मशीन लर्निंग आदींमुळे आपल्या मालकीच्या वस्तूंवर आपले नियंत्रणच असणार नाही, असे त्याचे म्हणणे आहे.

मोठमोठ्या कंपन्या आपली विक्री आणि नफा वाढावा म्हणून जाणीवपूर्वक अशा प्रकारे वस्तू बनवतात की काही कालावधीनंतर त्या फेकून द्याव्या लागतील आणि दुरुस्तच करता येणार नाहीत, किंवा दुरुस्त करायच्या झाल्या तर त्यांना अतिशय अवघड व खर्चिक प्रक्रियेतून जावे लागेल; ज्यामुळे ग्राहकांना जुन्या वस्तू फेकून देऊन नव्या घेण्यासाठी प्रोत्साहन मिळेल. या धोरणामुळे सर्वसामान्य

ग्राहकाच्या वस्तूंच्या मालकीच्या, वापराच्या आणि दुरुस्ती करण्याच्या मूलभूत हक्कावरच कशी गदा येते आहे, याबद्दल बरीच माहिती या पुस्तकात आहे.

मुळात आपण जेव्हा एखादी वस्तू खरेदी करतो तेव्हा ती आपल्या मालकीची असते आणि आपण ती हवी तशी, हवी तेव्हा वापरू शकतो आणि नको तेव्हा विकून टाकू शकतो असा आपला समज असतो, पण या नव्या आर्टिफिशिअल इंटेलिजन्सच्या जगात या वस्तूंवर उत्पादकांचे नियंत्रण असते. या वस्तूंची फेरविक्री, खरेदी आणि दुरुस्ती करण्यावर अनेक प्रकारचे निर्बंध घालून या उत्पादकांनी फक्त ग्राहकांच्या पैशांचेच नुकसान केलेले असते असे नव्हे, तर नव्या वस्तूंची खरेदी करण्यास भाग पाडून पर्यावरणाचेही मोठे नुकसान केलेले असते हे पेझॉनोव्स्कीने अनेक उदाहरणे देऊन दाखवून दिले आहे. याशिवाय राईट टू रिपेअर कायद्याचा वापर ग्राहकांना कसा करता येईल, याची माहिती देऊन आपल्या हक्काची जाणीवही करून दिली आहे.

भारतात ग्राहकांच्या या प्राथमिक हक्कांबाबत फारशी जागरूकता नाही. त्यामुळे या क्षेत्रात मोठे काम करण्यासाठी बराच वाव आहे हे माझ्या लक्षात आले. जुन्या वस्तूंचा पुनर्वापर, दुरुस्ती करण्यासाठी नव्या मनुष्यबळाची निर्मिती आणि त्यामुळे ग्रामीण भागातील रोजगाराची समस्या सोडवण्यासाठी प्रयत्न करणे आणि ग्राहकांना दुरुस्तीच्या कायद्याबद्दल जागरूक करणे या तीन पातळ्यांवर काम करण्याचे विचार मनात येऊ लागले आणि त्यातून एक नवीन संकल्पना आकारास येऊ लागली...!

शिक्षण क्षेत्रातील मान्यवरांच्या भेटीगाठी

डॉ. सुनील भिरुड, कुलगुरू, COEP Technology University, खासदार सौ.मेधा कुलकर्णी, डॉ. नितीन करमळकर, अध्यक्ष, NEP सुकाणू समिती

डॉ. अपूर्वा पालकर, कुलगुरू, महाराष्ट्र राज्य कौशल्य विद्यापीठ (MSSU)

USA मध्ये 'मॅनेजमेंट गुरू' बॉब पाइक (Bob Pike) यांच्यासोबत

भारतातील राईट टू रिपेअर कायदा

भारताने सुरू केलेल्या लाईफ चळवळीसाठी राईट टू रिपेअर ही खूपच उपयुक्त संकल्पना आहे कारण यात निसर्गाची हानी कमी करून उत्पादनाचा पुनर्वापर होणार आहे.

दिल्लीतल्या प्रदर्शनात मी महत्त्वाचे तीन मुद्दे मांडले होते; त्यातील पहिला मुद्दा होता रोजगारनिर्मितीबद्दलचा! अनेक वर्षे तरुणांना प्रशिक्षण देण्यात गेली. सध्याची परिस्थिती पाहता माझ्या लक्षात आले होते की आता पूर्वीप्रमाणे मोठ्या कंपन्यांमध्ये नोकऱ्या मिळणार नाहीत. आम्ही हार्डवेअर इंजिनिअर्सच्या नोकऱ्यांना प्रतिष्ठा मिळवून दिली पण आता परिस्थिती बदलली होती. आता नोकऱ्या नाही तर लहान उद्योजकांना मागणी वाढणार हे नक्की होते. त्यामुळेच नॅनो आंत्रेप्रेन्युअरना महत्त्व येणार आहे. बेरोजगारीचा प्रश्न सोडवण्यासाठी नॅनो आंत्रेप्रेन्युअरना संघटित करून त्यांना विशेष प्रतिष्ठा मिळवून देण्यासाठी प्रयत्न केले पाहिजेत, असा मुद्दा मी मांडला आणि या मुद्द्यावर झालेली चर्चा सर्वांनाच आवडली. त्यात दुरुस्ती आणि देखभालीची अर्थव्यवस्थाही (Repair and Maintainence) संघटित केली तर बेरोजगारीची समस्या तर सुटेलच, पण शाश्वत विकासासाठीही हातभार लागेल,

हा नवा मुद्दा दुरुस्तीच्या कायद्यामुळे पुढे आला. त्यातून एस्पायर कंपनीमार्फत रोजगारक्षमता, आंत्रेप्रेन्युअरशीप आणि शाश्वतता या तीन मुद्द्यांवर काम करायचे ठरवले. एकदा संकल्पना आणि दिशा ठरल्यानंतर दुरुस्तीच्या कायद्याची भारतात काय परिस्थिती आहे, याबद्दल अधिक माहिती घ्यायला सुरुवात केली.

भारत सरकारच्या डिपार्टमेंट ऑफ कन्झ्युमर अफेअर्सने नुकतीच ॲडिशनल सेक्रेटरी निधी खरे यांच्या अध्यक्षतेखाली एक समिती नेमली आहे आणि राईट टू रिपेअर या विषयावर एक सर्वसमावेशक योजना तयार करायला सांगितली आहे. या योजनेनुसार सरकार ग्राहकहितासाठी असा कायदा करेल की ज्यामुळे ग्राहकांना त्यांच्या मालकीच्या इलेक्ट्रॉनिक वस्तूंची दुरुस्ती, नूतनीकरण किंवा विक्री करता येईल. सध्या मूळ उत्पादकांनी घातलेल्या अटी, नियम आणि निर्बंधांमुळे ग्राहकांना मनात नसूनही मूळ उत्पादकाकडेच जावे लागते.

याबाबत ग्राहकाचा मूलभूत अधिकार हा आहे की तो जेव्हा संपूर्ण रक्कम भरून एखादी वस्तू खरेदी करतो, तेव्हा ती त्याच्या मालकीची होते. त्या वस्तूला रास्त भावात दुरुस्त करणे, नवीकरण किंवा विक्री करणे सोपे जायला हवे. पण उत्पादक यासाठी अनेक अटी घालतात म्हणून कायद्याची आवश्यकता भासते.

या कायद्याच्या चौकटीनुसार प्रत्येक ग्राहकाला आपण खरेदी केलेल्या वस्तूची दुरुस्ती कशी करायची, त्याची बनावट व डिझाईन कसे आहे याची माहिती नकाशांसह व दुरुस्ती करण्याच्या सूचनांसह मिळाली पाहिजे. एवढेच नव्हे तर फक्त उत्पादकांच्याच अधिकृत दुरुस्ती केंद्रांवर न जाता स्वतः किंवा अन्य दुरुस्ती केंद्रांकडून दुरुस्त करून घेण्याचा अधिकारही मिळाला पाहिजे.

ग्राहकाने स्वतः दुरुस्ती केली किंवा बाह्य दुरुस्ती केंद्राकडून दुरुस्ती केली म्हणून उत्पादकाला आपल्या उत्पादनाची जबाबदारी टाळता येणार नाही. ग्राहकाने किंवा थर्ड पार्टी दुरुस्ती केंद्राने मागणी केल्यास मूळ उत्पादकाला स्पेअर पार्ट्स आणि दुरुस्तीची टूल्स उपलब्ध करून देणे ही उत्पादकाचीच जबाबदारी असेल. यामुळे नवा रोजगार मिळणेही सोपे जाणार आहे.

या योजनेमुळे भारतातील लहान खेड्यापाड्यात दुरुस्ती व सेवाविक्रीचा रोजगार तयार होईल तसेच निसर्गाची हानी कमी होईल असे ध्येय ठेवण्यात आले आहे. तसेच या योजनेमुळे ई-कचरा कमी व्हावा, तसेच तो पुन्हा वापरला जावा यासाठी विशेष प्रयत्न करण्यात येणार आहेत. यामुळे ग्राहकांचे मौल्यवान पैसे

वाचतील तसेच भारतातील चक्रीय अर्थव्यवस्था अर्थात सर्क्युलर इकॉनॉमीला हातभार लागेल.

निसर्गातील कच्च्या माल वापरून बनवलेल्या मौल्यवान वस्तूंचे आयुष्यमान वाढवणे, त्याची देखभाल आणि दुरुस्ती करता येणे, या वस्तूंचा पुन्हा वापर करता येणे सहजसोपे जावे यासाठी सर्व पातळींवर जाणीवपूर्वक प्रयत्न करता येतील.

या योजनेसाठी सुरुवातीला खालील प्रभागांसाठी प्रस्ताव देण्यात आला आहे.
- शेतीसाठी लागणारी साधने
- मोबाईल फोन्स, स्मार्टफोन्स आणि टॅबलेट्स
- ग्राहकोपयोगी वस्तू
- वाहन उद्योग आणि वाहन उद्योगाला लागणारी साधने.

राईट टू रिपेअरची गरजच काय ?

आपल्या भारतातच नव्हे तर संपूर्ण जगभर एकदा वस्तू विकल्यावर ती ग्राहकाच्या मालकीची व्हायला हवी पण उत्पादकांना विक्री केल्यावरही वस्तूवरचे आपले नियंत्रण सोडायचे नसते. ते स्पेअर पार्ट्स आणि उत्पादनाच्या डिझाईनबाबत मोनोपॉली तयार करण्याचा प्रयत्न करतात. यामुळे ग्राहकांचा निवडीचा हक्क नाकारला जातो.

अनेक वॉरंटी कार्डवर लिहिलेले असते की जर हे उत्पादन तुम्ही स्वतः किंवा अधिकृत व्यक्तीशिवाय कुणीही दुरुस्त करायचा प्रयत्न केला, किंवा ते साधे उघडून पाहिले तरी तो कराराचा भंग मानला जाईल आणि वॉरंटीचा कालावधी त्या क्षणी संपेल व ग्राहकाला वॉरंटीचे कोणतेही फायदे मिळणार नाहीत.

अनेक कंपन्या आपल्या उत्पादनाची दुरुस्ती कशी करायची, याची माहिती सहजपणे वाचून कोणत्याही सर्वसामान्य व्यक्तीला दुरुस्ती करता येतील अशी माहितीपत्रके देणे टाळतात. ते अशी माहितीपत्रके छापत नाहीत किंवा उपलब्ध करून देत नाहीत. त्यामुळे ग्राहकांच्या मूलभूत हक्कांवर गदा येते.

तांत्रिक सेवा देणाऱ्या किंवा उत्पादन करणाऱ्या कंपन्या मॅन्युअल्स, सॉफ्टवेअर अपडेट्स देणे टाळतात किंवा उपलब्धच करत नाहीत. उत्पादक नियोजन करून किंवा ठरवून वस्तूचा मूल्य ऱ्हास होईल (प्लॅन्ड ऑबसोलन्स) याची धोरणे आखतात, ज्यामुळे एखाद्या उत्पादनाचा आधीच ठरवलेला कालावधी

ती मुदत संपली की संपतो. जुन्याची जागा नव्या उत्पादनाने आपोआपच घेतली पाहिजे असेच डिझाईन उत्पादनातच केलेले असते. नवीन उत्पादनांमुळे उद्योजकांचा नफा वाढतो, पण यामुळे ई-कचरा किती वाढतो, हे कुणीही लक्षात घेत नाही. या सर्वांमुळे राईट टू रिपेअर हा कायदा येणे ही काळाची गरज बनली आहे.

भारताने नुकतीच LIFE Movement (लाईफ आणि पर्यावरण Lifestyle and Environment अशी चळवळ) सुरू केली आहे. याद्वारे भारतभर शाश्वत विकासासाठी जागरूकता निर्माण केली जात आहे. या योजनेमध्ये विविध ग्राहकोपयोगी साधनांचे रियुज (पुनर्वापर) आणि रिसायकल (पुनर्निर्माण) वर भर देण्यात येणार आहे.

लाईफ चळवळीसाठी राईट टू रिपेअर खूपच उपयुक्त संकल्पना आहे, कारण यात निसर्गाची हानी कमी करून उत्पादनाचा पुनर्वापर होणार आहे.

यामधला तिसरा मुद्दा भारतात महत्त्वपूर्ण ठरण्याची शक्यता आहे. ती म्हणजे एखाद्या वस्तूचे स्पेअर पार्ट्स, सेवा देणारी उपकरणे आणि बिघाड शोधणारी उपकरणे थर्ड पार्टी किंवा तिसऱ्या व्यक्तीला उपलब्ध करून दिली पाहिजेत, त्यामुळे कुठेही-कधीही वस्तू दुरुस्त करता आल्या पाहिजेत.

भारतासाठी ही मागणी योग्यच आहे, कारण भारतातील विक्रीसेवा केंद्रे अनेक ठिकाणी पसरलेली आहेत. शहरात ही संख्या कमी आहे; मात्र ग्रामीण भागातील अर्थव्यवस्थेत या प्रकारच्या दुरुस्ती करणाऱ्यांना एक महत्त्वाचे स्थान आहे. तुम्हांला कोणत्याही गावात एस.टी. स्टँडच्या आसपास किंवा बाजारपेठेत दुरुस्तीची अनेक दुकाने आढळतील. कारण ग्रामीण भागात वापरा आणि फेकापेक्षा वस्तू जपून वापरण्यावर आणि काही बिघाड झाल्यास दुरुस्त करून वापरण्यावर फार भर असतो. याचे महत्त्वाचे कारण म्हणजे तेथील लोकांचे उत्पन्न शहरातल्या लोकांपेक्षा तुलनेने कमी असते.

ही सर्व दुरुस्ती सेवा केंद्रे गावातल्या पारंपरिक व्यावसायिकांनी चालवलेली असतात. ती कंपनीची अधिकृत किंवा अधिकृत प्रशिक्षण घेतलेल्या व्यक्तींद्वारे चालवलेली नसतात, त्यामुळे त्यांनी केलेली दुरुस्ती योग्य आहे की नाही, ते समजत नाही. अनेकदा योग्य साधने नसल्यामुळे काही तरी जुगाड तंत्रज्ञान वापरून त्यांनी दुरुस्ती केलेली असते. अनेकदा ही दुरुस्ती त्या-त्या वेळी चालवून घेतली जाते, पण ही दुरुस्ती किती काळ चालेल किंवा आणखी काही बिघाड करेल याची

कोणतीही खात्री नसते आणि जबाबदारीही घेतली जात नाही. यामुळे चलता है या भावनेतून ही केंद्रे चालवली जातात. याच दुरुस्ती केंद्रांना जर कंपनीची अधिकृत केंद्र म्हणून मान्यता मिळाली, तिथल्या कर्मचाऱ्यांना दुरुस्तीचे प्रशिक्षण मिळाले आणि या सर्वांची ओळख देणारा ब्रँड मिळाला तर ग्राहकांची विश्वासार्हता किती तरी पटीने वाढेल आणि त्यामुळे व्यवसायाची उलाढाल आणि दुरुस्ती करण्याचे प्रमाणही अनेक पटीने वाढू शकते.

शाश्वत विकासाच्या या मोहिमेचा जाणीवपूर्वक प्रचार आणि प्रसार केला पाहिजे, असे मला वाटायला लागले याचे कारण यामुळे फक्त स्वतःलाच नव्हे तर संपूर्ण मानवजातीलाही फायदा होणार आहे. जुनी उत्पादने म्हणजे ई-वेस्ट गोळा केले तर ई-कचऱ्याची समस्या कमी होईल. कचऱ्याने भरलेल्या जमिनींमुळे होणारे प्रदूषण काही प्रमाणात कमी व्हायला मदत होईल. या शिवाय ई-वेस्टमधून मौल्यवान धातू कसे बाहेर काढायचे आणि पुन्हा वापरायचे याचे प्रशिक्षण देऊन मौल्यवान वस्तूंना कचऱ्यात फेकण्यापासून वाचवता येईल. ई-वेस्ट गोळा करणे, ते दुरुस्त करणे, पुन्हा वापर करणे किंवा दुरुस्त होत नसलेले उत्पादन नष्ट करून उरलेल्या धातूंचा पुन्हा नव्या उत्पादनात उपयोग करणे व निसर्गातील संपत्तीचा ऱ्हास रोखणे हे साध्य करता येईल. सर्वांत महत्त्वाचे म्हणजे या सर्व कामांसाठी मानवी कौशल्यांची गरज असल्याने यातून मोठ्या प्रमाणावर रोजगारनिर्मिती होते. हा माझा सर्वांत जिव्हाळ्याचा विषय असल्याने मी विचारपूर्वक ठरवले की यातील तीन 'आर' वर लक्ष केंद्रित करून त्यांचा प्रचार करणारी स्टोअर्स सर्वत्र स्थापन करायची. या संकल्पनेतून ए-स्टोअरची कल्पना पुढे आली व त्या दिशेने शोध सुरू झाला.

भारतातील ई-वेस्टची अधिकृत माहिती

सेंट्रल पोल्यूशन कंट्रोल बोर्ड (CPCB) च्या माहितीप्रमाणे २०२३मध्ये भारत हा चीन आणि अमेरिकेनंतरचा जगातला तिसरा देश आहे की जिथे सर्वांत जास्त ई-वेस्ट तयार होते. संपूर्ण जगात ५९.४० दशलक्ष मेट्रिक टन इतका ई-कचरा तयार होतो, त्यापैकी भारतात १.७१ दशलक्ष मे. टन ई-कचरा तयार होतो. आशियामध्ये २४.९ दशलक्ष तर अमेरिकेत १३.१ दशलक्ष मे. टन तर युरोपमध्ये १२ दशलक्ष मे. टन इतका ई-कचरा तयार होतो. एकट्या चीनमध्ये १०.१ दशलक्ष ई-कचरा निर्माण

होतो. या सर्वांची विल्हेवाट लावणे हे सर्वच देशांसाठी एक मोठे आव्हान आहे. भारतात तयार होणाऱ्या ई-कचऱ्यात सर्वांत जास्त कचरा हा संगणकांचा आहे, १२% टेलिकॉम क्षेत्रातला आहे, ८% वैद्यकीय क्षेत्रातला कचरा आहे, तर ७% इलेक्ट्रिक साधनांचा आहे. जसजशी इलेक्ट्रॉनिक साधने सर्व प्रकारच्या वस्तूंमध्ये वापरली जातात, त्या प्रमाणात हा कचरा वाढतच जाणार आहे.

आपली भारतीय संस्कृती निसर्गपूजक समजली जाते. वटपौर्णिमा, नागपंचमी, नारळी पौर्णिमा, वसुबारस, बैलपोळा यासारखे सण साजरे करून आपण निसर्गातील प्राणी, पक्षी आणि झाडांची पूजा करतो व या वसुंधरेच्या रक्षणासाठी झटतो. पूर्वी निसर्गातला कचरा निसर्गातच जिरायचा. प्रत्येक गोष्टीचे खत व्हायचे आणि त्याचा वापर पुन्हा शेतीचे पोषण होण्यासाठी व्हायचा पण एकीकडे कृषिसंस्कृतीतल्या या सर्व रूढी-परंपरा आपण चालू ठेवल्या असल्या तरी इलेक्ट्रॉनिक आणि डिजिटल युगातील वस्तूंचे काय करायचे याचे उत्तर आपल्याला अद्यापही मिळालेले नाही. आपण शेतीतल्या कचऱ्याप्रमाणेच या ई-कचऱ्याला रस्त्यावर फेकून देतो, जाळतो किंवा जमिनीत गाडण्याचा प्रयत्न करतो. यामुळे निर्माण होणारे प्रदूषण आपल्याला टाळता येत नाही आणि आपला समाज अनेक आजारांनी पोखरला जातो आहे हे आपल्या लक्षातही येत नाही. जेव्हा मला समजले की पर्यावरण रक्षणाच्या कामगिरीत भारताचा जगातल्या १८० देशांमध्ये १७७ वा क्रमांक आहे आणि आपण पर्यावरण निर्देशांकांत जगातील सर्वांत खालच्या दहा देशांमध्ये आहोत, तेव्हा मला खूप वाईट वाटले. या निर्देशांकांचा थेट संबंध आपले पर्यावरण, आरोग्यविषयक धोरण आणि दिल्लीसारख्या राजधानीच्या ठिकाणी आणि मुंबई, कलकत्ता, पुणे, बेंगळुरू, चेन्नईसारख्या शहरांतील वायूप्रदूषणामुळे होणाऱ्या मृत्युदराशी आहे. याबाबत गंभीरपणे काही उपाययोजना करण्याची गरज आहे आणि त्यासाठी वस्तुस्थिती आहे तशी स्वीकारून काय उपाय करता येतील, यावर विचार व्हायला हवा.

भारतातील परिस्थिती

- ५७.४ दशलक्ष मेट्रिक टन ई-कचरा २०२१मध्ये निर्माण झाला आणि दरवर्षी २ दशलक्ष मे. टन च्या गतीने हा वाढतो आहे.

- पृथ्वीवर ३४७ दशलक्ष मे.टन पेक्षा जास्त ई-कचरा पुनर्वापर न करता पडून आहे. या कचऱ्याची मोजदाद करण्याची सुरुवात २०१४नंतर झाली; त्यामुळे त्या आधीचा ई-कचराही मोठ्या प्रमाणावर असणार आहे.

- या ई-कचऱ्यापैकी १७.४% ई-कचरा गोळा करून त्याचा नीट पुनर्वापर केला जातो पण बाकी तसाच पृथ्वीवर पडलेला असतो. भारत जगात ई-कचरा निर्मितीत आघाडीवर आहे. चीन व अमेरिकेनंतर तिसऱ्या क्रमांकावर १.७१% दशलक्ष मे.टन ई-कचरा तयार करणाऱ्या भारतात फक्त १% ई-कचऱ्याचा पुनर्वापर किंवा रिसायकल केला जातो.

- जगात फक्त ७८ देशांनी ई-कचऱ्याची विल्हेवाट लावण्यासाठी योग्य ते कायदे बनवले आहेत. यामध्ये इस्टोनिया, नॉर्वे, आइसलंड या देशांच्या ई-कचऱ्याच्या पुनर्वापराचा दर सर्वात जास्त आहे, तर भारतात तो फक्त १ टक्के इतका कमी आहे. म्हणूनच भारतात ई-कचरा विल्हेवाट करण्याच्या कामाची खूप गरज आहे.

- जगातील ई-कचऱ्याचे मूल्य अंदाजे ५७ अब्ज डॉलर्स म्हणजे सुमारे साडेचार लाख कोटी रुपये इतके प्रचंड आहे. भारतातील ई-कचऱ्याचे मूल्य अंदाजे १६ अब्ज रुपये इतके आहे असे मानले जाते. इथे अंदाजे पन्नास रुपये किलो इतका कमी दर धरला असला तरी प्रत्यक्षात एक टन स्मार्टफोन किंवा संगणकाच्या कचऱ्यातून साधारण २८० ग्रॅम सोनं मिळते, ज्याची किंमत १६ लाख रुपये इतकी होते. प्रत्यक्ष सोन्याच्या खाणीतून सोनं काढण्याचा खर्च येईल त्यापेक्षा एक टन ई-कचरा गोळा करण्याचा व त्यावर प्रक्रिया करून सोनं काढण्याचा खर्च हा कमी येतो, असे अनेक तज्ज्ञांचे मत आहे.

- भारतातील ई-कचऱ्याचा जर अभ्यास केला तर फक्त महाराष्ट्रात १९.८% ई-कचरा तयार होतो. त्यातही मुंबईत २४% आणि पुण्यात ५.६% म्हणजे जवळजवळ ३०% ई-कचरा तयार होतो. दिल्लीत २१.२% ई-कचरा तयार होतो. याचाच अर्थ पुणे आणि मुंबईत काम करण्याची प्रचंड गरज आहे, हे लक्षात घेऊन माझ्या मनात विचार आला की आपले कार्यक्षेत्र पुण्यात असताना, लाखो विद्यार्थ्यांशी आपण जोडलो गेलो असताना जर आपण शाश्वत विकासाच्या या कामात आपला अनुभव आणि व्यवस्थापन कौशल्याची जोड दिली तर या जागतिक समस्येला आपण तोंड देऊ शकतो.

- जगात जो ई-कचरा निर्माण होतो, त्यात भारताचा तिसरा क्रमांक आहे, पण पुनर्वापराचा (रिसायकलिंगचा) दर फक्त १% आहे. हे लक्षात आल्यावर तीन 'आर' वर लक्ष केंद्रित करण्याचे नक्की झाले. त्यापैकी एक आर म्हणजे रिड्यूस — वस्तूंचा वापर कमी करा, रियुज किंवा रिपेअर — म्हणजे वस्तू दुरुस्त करा आणि वापरा आणि तिसरा आर म्हणजे वस्तूंचा नव्याने पुनर्वापर करा किंवा रिसायकल करा...!

जगातील अन्य देशांशी तुलना करता भारतातील रिपेअर आणि रिसायकलचे प्रमाण वाढवणे किती गरजेचे आहे हे लक्षात येते. (सोबतचा तक्ता पाहा)

क्रमांक	देश	ई-कचरा निर्मिती	रिसायकलिंगचे प्रमाण
१	चीन	१०,१२९	१६%
२	अमेरिका	६,९१८	१५%
३	भारत	३,२३०	१%
४	जपान	२,५६९	२२%
५	ब्राझील	२,१४३	०%
६	रशिया	१,६३१	६%
७	इंडोनेशिया	१,६१८	n/a
८	जर्मनी	१,६०७	५२%
९	युनायटेड किंगडम	१,५९८	५७%
१०	फ्रान्स	१,३६२	५६%

(या तक्त्यातील पहिल्या दहा देशांच्या आकडेवारीचा संदर्भ नोव्हेंबर २०२३च्या तक्त्याप्रमाणे आहे.)

योग्य ते नियोजन करण्यासाठी यातील सर्वात जास्त ई-कचरा करणाऱ्या उत्पादनांची माहिती घेतली तर ती खालीलप्रमाणे आहे.

एकूण ५३.६ मेट्रिक टन ई-कचऱ्यापैकी

१. १७.४ मे. टन कचरा छोट्या उत्पादनांचा आहे. यामध्ये मायक्रोवेव्ह्ज, व्हॅक्युम क्लिनर्स, फॅन्स, केटल्स, टोस्टर्स, शेवर्स, हेअरड्रायर्स, रेडिओज, टूल्स आणि खेळणी आदींचा समावेश होतो.

२. १३.१ मे. टन ई-कचरा मोठ्या उत्पादनांचा आहे. यामध्ये वॉशिंग मशीन्स, टंबल ड्रायर्स, कुकर्स, स्टोव्ह, डिशवॉशर्स या मोठ्या उत्पादनांचा समावेश होतो.

३. १०.८ मे. टन इतकी मोठी उत्पादने प्रत्यक्ष जागतिक तापमान वाढीत प्रत्यक्ष भर घालतात. ही उत्पादने म्हणजे रेफ्रिजरेटर्स, फ्रिजर्स, एअर कंडिशनर्स आणि हिट पंप्स आदी होत.

४. ६.७ मे. टन स्क्रिन्स आणि मॉनिटर्सचा समावेश ई-कचऱ्यात होतो. यामध्ये टेलिव्हिजन, लॅपटॉप्स, टॅबलेट्स, मॉनिटर्स, नोटबुक्स आदींचा समावेश होतो.

५. ४.७ मे. टन उत्पादनात छोट्या वस्तू म्हणजे साधे सेलफोन्स, स्मार्टफोन्स, फोन केसेस, राउटर्स, कीबोर्ड्स, ई-रीडर्स, जीपीएस आणि पॉकिट कॅल्क्युलेटर्स आदींचा समावेश होतो.

६. ०.९ मे. टन वस्तूंमध्ये बल्ब्स, एलईडीज आणि अन्य किरकोळ इलेक्ट्रिकल व इलेक्ट्रॉनिक वस्तूंचा समावेश होतो.

या माहितीवर आधारित ई-कचरा कसा गोळा करायचा, याची योजना आखता येणे शक्य होते. या सर्व ई-कचऱ्याचे सध्या काय होते याचा अंदाज घेतला तर त्यातला ८२.६% कचरा अधिकृत नोंदींनुसार पुननिर्मित होत नाही. त्यामुळे त्याची काहीही नोंद ठेवली जात नाही. अंदाजे ८% ई-कचरा कचराकुंडीत फेकला जात असल्याने तो जमिनीत अन्य कचऱ्यासोबत गाडला जातो. यामध्ये प्रामुख्याने मोबाईल फोन्स, टॅबलेट्स सारख्या छोट्या वस्तू असतात. साधारण २० टक्के कचऱ्यातील कोरडा कचरा म्हणून भंगारमध्ये किंवा सेकंडहँड उत्पादन म्हणून दुसऱ्यांना विकला जातो.

ई-कचऱ्याबद्दलची जागरूकता गेल्या पाच वर्षांत वाढली आहे. यासाठीचे आवश्यक कायदेही जगातील सुमारे ७८ देशांनी केले आहेत. हे कायदे जगातील जवळजवळ ७१ टक्के लोकसंख्येला लागू आहेत. त्यामुळे कायदेशीर नियंत्रण आणण्याच्या दृष्टीने बऱ्यापैकी (मोठी) लोकसंख्या गेल्या पाच वर्षांत समाविष्ट झाली आहे आणि येत्या पाच वर्षांत सर्व महत्त्वाचे देश यात सहभागी होतील. पण हे सर्व कायदे लोकांच्या आंतरिक ऊर्मीतून आलेले नाहीत किंवा लोकांमध्ये जागरूकता घडवून तयार झालेले नाहीत, तर ते सरकार लोकांवर लादते आहे. त्यामुळे कायदे मोडण्याकडे अनेकांचा कल आहे किंवा या कायद्यांच्या अंमलबजावणीसाठी प्रशासन, समाज आणि राज्यकर्ते ठोस आणि कडक पावले उचलताना दिसत नाहीत. केवळ आंतरराष्ट्रीय कायद्यांना प्रतिसाद म्हणून केले गेलेले हे कायदे कागदावरच राहिले आहेत.

कोरोनानंतर संपूर्ण जगाला पर्यावरणाच्या ऱ्हासामुळे किती नुकसान होऊ शकते याची जाणीव झाली व ई-कचरा गोळा करणे आणि त्याचे रूपांतर नव्या वस्तूत करणे या उद्योगाला थोडी चालना मिळाली. अनेकांना या उद्योगातील आर्थिक उलाढालीचे आकर्षण वाटू लागले. नव्या खाणी खोदण्यापेक्षा कचऱ्यातून महत्त्वाची खनिजे मिळवणे शक्य असेल तर तशा स्वरूपाच्या प्रयोगशाळा उभारण्याचा व्यवसाय अनेकांनी सुरू केला व त्यास चांगला प्रतिसाद मिळू लागला आहे. गेल्या पाच वर्षांत अनेक रिसायकलिंग कंपन्या भारतीय बाजारपेठेत तयार झाल्या आहेत. २०२८पर्यंत जगातील ई-कचरा व्यवस्थापनाची बाजारपेठ १,४३,८७० अमेरिकन डॉलर्स इतकी प्रचंड असेल असा अंदाज असल्याने या क्षेत्रात मोठ्या प्रमाणावर गुंतवणूक होऊ लागली आहे.

या क्षेत्रातील जगातील सर्वांत मोठी कंपनी आहे वेस्ट मॅनेजमेंट इनकॉर्पोरेशन (wm.com). ही कंपनी फक्त ई-कचरा गोळा करण्याचे काम करते, त्यानंतर कचरा स्वतंत्र करून त्यातून नव्या वस्तू तयार करते आणि त्या वस्तू विकते. गेल्या वर्षी त्यांनी आपल्या १०३ कारखान्यांतून १० दशलक्ष टन कचऱ्यावर प्रक्रिया केली आणि प्लस्टिक बॉटल्स, कार्डबोर्ड्स व इलेक्ट्रॉनिक कचऱ्यापासून चपला, बूट, बॅग्ज, बॉक्सपॅक्स, पर्सेस, कार्पेट्स, फ्लोअरिंग अशा विविध वस्तू बनवल्या व विकल्या. या कंपनीची उलाढाल १९.७ अब्ज अमेरिकन डॉलर्स आहे.

याच प्रकारची भारतातील सर्वांत मोठी कंपनी दिल्लीजवळ नोएडामध्ये आहे. कॅनडामध्ये काम करणाऱ्या मूळ भारतीय वंशाच्या असणाऱ्या माणिक थापर या तरुणाने 'इकोवाईज वेस्ट मॅनेजमेंट प्रा.लि.' ही कंपनी पंधरा वर्षांपूर्वी सुरू केली. ही कंपनी प्रामुख्याने व्यावसायिक कचरा व्यवस्थापन, औद्योगिक कचरा व्यवस्थापन आणि निवासी कचरा व्यवस्थापन अशा सर्व क्षेत्रांत काम करते. महत्त्वाच्या कागदपत्रांची, वस्तूंची सुरक्षितरीत्या विल्हेवाट लावणे, भंगार खरेदी करणे आदी कामे ही कंपनी करते.

याच धर्तीवर 'नमो ई वेस्ट मॅनेजमेंट कंपनी'ही २०१४मध्ये सुरू झाली आहे. या सर्व कंपन्यांची उलाढाल दरवर्षी मोठ्या प्रमाणावर वाढते आहे आणि या क्षेत्रात आर्थिक फायदे आणि पर्यावरण रक्षणाचे सामाजिक काम करण्याचा आनंद हे दोन्ही मिळत असल्याने अनेक जण गुंतवणूक करत आहेत.

या व्यवसायातील सर्वांत मोठे काम हे कचऱ्याचे वर्गीकरण करणे हे आहे. आपल्याकडे ओला आणि कोरडा कचरा वेगळा करून टाकला जात नाही. त्याचप्रमाणे कोरडा कचराही इतका एकमेकांत मिसळलेला असतो की तो स्वतंत्र करणे हे मोठ्या जिकिरीचे काम बनते. त्यासाठी मोठ्या मशीन्स लावण्याशिवाय पर्याय उरत नाही. कचरा गोळा करणे, त्याचे कागद, काच, प्लॅस्टिक, इलेक्ट्रॉनिक असे वर्गीकरण करणे, त्यानंतर त्या वस्तू कचऱ्यापासून पुनर्निर्मिती करण्याच्या कारखान्यात पाठवणे आणि नव्या वस्तू तयार करणे ही सर्व प्रक्रिया अतिशय जिकिरीची आहे, पण तरीही यात उत्पन्न चांगले मिळते कारण अतिशय कमी किमतीत वस्तू गोळा केल्या जाऊ शकतात. कागद, काच, कापड आणि प्लॅस्टिकच्या कचऱ्याचे व्यवस्थापन गेली अनेक वर्षे चालू आहे आणि त्यांची बाजारपेठ वाढतेच आहे. पण इलेक्ट्रॉनिक कचऱ्याची व्यवस्था लावणे हे अधिक जिकिरीचे आहे. या कचऱ्यात दडलेले खनिज पदार्थ बाहेर काढणे आणि ते पुन्हा वापरणे हे कौशल्याचे काम आहे. या क्षेत्रातील प्रशिक्षित व्यक्ती तयार करण्यासाठी प्रयत्न केले पाहिजेत, कारण या कचऱ्यातील खनिज पदार्थ आपण पुन्हा वापरू शकलो तर त्यातून निसर्गाचे रक्षण होईलच पण चांगली उलाढाल होऊन तरुणांना रोजगारही मिळू शकेल. यासाठी ई-कचरा स्वतंत्रपणे गोळा करणे आणि त्यावर स्वतंत्रपणे प्रक्रिया करणे गरजेचे आहे. ही कचरा इतर वस्तूंमध्ये मिसळला तर तो स्वतंत्र करणे अधिक जिकिरीचे बनते आणि बॅटरीजसारख्या वस्तू

अन्य कचऱ्यासाठी घातकही असतात. त्यामुळे ई-कचरा गोळा करणारी वेगळी स्वतंत्र यंत्रणा उभारली पाहिजे हे नक्की.

या सर्व अभ्यासातून कामाची दिशा आकाराला येत होती. मी राहत असलेल्या पुण्यातच ई-कचऱ्याचा प्रश्न किती मोठा आहे, हे या अभ्यासातून कळले. त्यामुळे रिड्युस, रियुज आणि रिसायकल (रिपेअर) हे तीन आर वापरून नवी संकल्पना तयार होऊ लागली. ही संकल्पना म्हणजेच 'ए-स्टोअर' किंवा ऑक्शन स्टोअर. हे ऑक्शन स्टोअर शाळा, महाविद्यालयाच्या आवारात किंवा गावातील बाजारपेठेत उभारून इलेक्ट्रॉनिक्स वस्तूंची विक्री व दुरुस्ती करणे, ई-वेस्ट गोळा करणे आणि शाश्वत विकासाचा प्रचार व प्रसार करणे या त्रिसूत्रीवर काम सुरू करायचे ठरवले. या प्रकारचे हे ऑक्शन स्टोअर भारतातील पहिलेवहिले ठरणार आहे, कारण यात फक्त प्रशिक्षणाचा विचार नाही तर प्रत्यक्ष ऑक्शनचा विचार आहे.

आजवरच्या माझ्या अनुभवातून आणि कोरोनानंतरच्या संशोधनातून निर्माण झालेल्या या संकल्पनेची सुरुवात सावित्रीबाई फुले पुणे विद्यापीठाच्या रिसर्च पार्क फाउंडेशनच्या इमारतीत झाली, याला फार मोठे महत्त्व होते. हीच संकल्पना आता फक्त महाराष्ट्रातीलच नव्हे तर भारतातील शैक्षणिक संस्था आणि बाजारपेठेत राबवण्याच्या दृष्टीने प्रयत्न सुरू झाले.

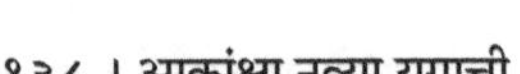

श्री. आनंद देशपांडे, एमडी, पर्सिस्टंट सिस्टम्स

डॉ. अरविंद शाळिग्राम, सीईओ, एसपीपीयू रिसर्च पार्क फाउंडेशन

प्रसिद्ध उद्योजक लिला पूनावाला

श्री. प्रशांत प्रकाश, एक्सेल पार्टनर

विभाग ४

स्वयंपूर्ण संपन्न समाजासाठी...

पैसे तुमचे आहेत पण संसाधने समाजाची आहेत..

– रतन टाटा

डॉ. प्रमोद चौधरी, अध्यक्ष, प्राज इंडस्ट्री आणि
डॉ. अनंत सरदेशमुख, कार्यकारी मंडळ सदस्य, मराठा चेंबर ऑफ कॉमर्स,
इंडस्ट्रीज अँड ॲग्रिकल्चर (MCCIA)

चक्रीय अर्थव्यवस्था उभारू या!

पृथ्वीवरील निसर्गाचा विनाश आणि पर्यावरणाची हानी रोखण्यासाठी नवा पर्याय म्हणून चक्रीय अर्थव्यवस्थेचा उगम झाला आहे. या अर्थव्यवस्थेत वस्तूंची निर्मिती करतानाच त्या जास्त काळ टिकणाऱ्या, पुन्हा वापरत्या येण्याजोग्या आणि पुननिर्मितिक्षम बनवण्यासाठी विचार केला जातो.

जगभरात असे आढळून आले आहे की विकसित देशांत म्हणजे अमेरिका आणि युरोपियन देशात ई-कचऱ्याचे प्रमाण प्रचंड आहे. ज्या देशांत उत्पन्न जास्त असते, तिथेच ई-कचरा तयार होतो, याचे कारण इलेक्ट्रॉनिक वस्तूंचा वापरही या देशात सर्वात जास्त असतो. याच देशांत वापरा आणि फेका मनोवृत्ती तयार होण्याकरता लागणारे अतिरिक्त उत्पन्न हाताशी असते. सतत नावीन्याचा ध्यास आणि अद्ययावत राहण्यासाठीची धडपड त्यांना खरेदी करण्यास उद्युक्त करत असते. हीच श्रीमंत लोकांची जीवनशैली आणि त्यातून निर्माण होणारी बाजारपेठ डोळ्यांसमोर ठेवून उद्योजक नावीन्यपूर्ण उत्पादने बाजारात आणत असतात आणि नवश्रीमंत उच्च मध्यमवर्गीय ग्राहकांना नवनव्या वस्तू घेण्यास भाग पाडतात. म्हणून आफ्रिकेत तुम्हांला सर्वात कमी ई-कचरा आढळेल, तर अमेरिका, चीन, भारत, जपान आणि युरोपियन देशांत सर्वात जास्त ई-कचरा आढळेल.

भारतात १९९०नंतर अर्थव्यवस्था खुली झाली. गेल्या दहा-वीस वर्षांत उच्च मध्यमवर्गीय लोकांची संख्या वाढली. त्यांच्या हातात अतिरिक्त उत्पन्न आल्यामुळे

भारत जगाची बाजारपेठ झाली. अनेक मोठमोठ्या कंपन्या जाहिराती करून इथे इलेक्ट्रॉनिक वस्तू विकू लागल्या. या वस्तूंचा ई-कचरा निर्माण होऊ लागला, पण विकसित देशांतील लोकांमध्ये ज्याप्रमाणे पर्यावरणाबद्दलची जागरूकता आहे, तशी भारतात नव्हती. तिथल्या शासन यंत्रणेप्रमाणे येथे कायदे किंवा साधने नसल्याने ई-कचऱ्याचे काय करायचे, याबाबत भारतात कोणतेही कायदे किंवा संसाधने नव्हती. जसजसा ई-कचरा वाढत गेला, त्याप्रमाणे या कचऱ्याच्या व्यवस्थापनासाठी नियम करण्याची गरज निर्माण झाली. यातून ई-वेस्ट मॅनेजमेंट रूल्स २०१६ निर्माण झाला.

ई-वेस्ट मॅनेजमेंट रूल्स २०१६

ई-कचरा व्यवस्थापन नियम २०१६चे उद्दिष्ट हे ई-कचऱ्यातील उपयुक्त खनिजांची पुनर्प्राप्ती करणे आणि त्यांचा पुनर्वापर करणे हा आहे. त्याचप्रमाणे सर्व प्रकारच्या इलेक्ट्रॉनिक आणि इलेक्ट्रिकल वस्तूंपासून निर्माण होणारा धोकादायक कचरा योग्य मागनि नष्ट करणे आणि पर्यावरणाची हानी टाळणे हाही महत्त्वाचा उदेश आहे. याच उद्देशाने ई-वेस्ट क्लिनिकची स्थापना करण्याचे ठरवण्यात आले.

ई-वेस्ट क्लिनिक

भारतातील पहिले ई-वेस्ट क्लिनिक मध्य प्रदेश राज्यातील भोपाळ शहरात सुरू झाले. या ठिकाणी घराघरातून आणि व्यावसायिक ठिकाणांहून ई-कचरा गोळा करून, त्याचे वर्गीकरण करून, त्यातील उपयुक्त घटकांवर प्रक्रिया करून आणि उर्वरित कचरा पर्यावरणाला हानी होणार नाही अशा पद्धतीने योग्य रीत्या नष्ट करण्याची सुविधा उभारण्यात आली. यातील कचरा बेंगळुरूला रिसायकलिंगसाठी पाठवण्यात आला. तीन महिन्यांचा हा प्रायोगिक प्रकल्प भोपाळ महानगरपालिकेने सेंट्रल पोल्युशन कंट्रोल बोर्डच्या मार्गदर्शनाखाली राबवला आणि त्याच धर्तीवर पुढे सर्व महानगरपालिकांमध्ये हे प्रकल्प राबवण्यात आले. हे नियम घनकचरा व्यवस्थापनाच्या नियम २०१६शी जोडण्यात आले आणि ज्या ठिकाणी अतिरिक्त कचरा जमा होतो, अशा मोठ्या आस्थापनांमध्ये शक्यतो त्या जागीच कचऱ्याची विल्हेवाट लावण्यासाठी सुविधा उपलब्ध करून देण्याची जबाबदारी टाकण्यात आली.

राईट टू रिपेअर कायदा भारतासारख्या ठिकाणी अतिशय उपयुक्त ठरणार आहे, कारण इथे वस्तू दुरुस्त करून वापरण्याची परंपरा आहे; पण अधिकृत दुरुस्ती केंद्रे नसल्याने किंवा ती दूर अंतरावर असल्याने अनेकांना नीट सेवा मिळत नाही. नाइलाजाने इथले नागरिक जुगाड तंत्रज्ञानाचा वापर करतात. पण राईट टू रिपेअर कायदा आला तर वस्तू दुरुस्तही करता येतील आणि त्यांचे जीवनचक्र संपले की योग्य प्रकारे त्यांची विल्हेवाटही लावता येईल!

इलेक्ट्रॉनिक वेस्ट मॅनेजमेंटविषयक नियमांचे पालन नीट होत नसल्याने नॅशनल ग्रीन ट्रायब्युनलने केंद्र तसेच राज्य प्रदूषण नियंत्रण मंडळांना अंमलबजावणीचे कडक आदेश दिले आहेत.

नॅशनल ग्रीन ट्रायब्युनल (राष्ट्रीय हरित न्यायाधिकरण)

राष्ट्रीय हरित न्यायाधिकरणाची स्थापना २०१०मध्ये झाली. जंगल आणि इतर नैसर्गिक संपत्तीच्या संरक्षणासाठी तसेच पर्यावरणाच्या होणाऱ्या हानीबाबत दाखल झालेल्या न्यायालयीन प्रकरणांचा प्रभावी आणि जलद निपटारा व्हावा यासाठी हे न्यायाधिकरण स्थापन झाले. अशा प्रकारचे न्यायाधिकरण असणारा ऑस्ट्रेलिया आणि न्युझिलंडनंतरचा भारत हा तिसरा तर जगातला पहिला विकसनशील देश आहे. या न्यायाधिकरणाद्वारे दाखल केलेले प्रकरण दाखल झाल्यापासून सहा महिन्यांच्या आत निकाली निघाले पाहिजे असा नियम आहे आणि ही समिती देशात नवी दिल्ली, भोपाळ, पुणे, कोलकाता, चेन्नई अशा पाच ठिकाणी कार्यरत आहे. या न्यायाधिकरणामध्ये कमीतकमी दहा व जास्तीतजास्त वीस न्यायाधीश सामील असतात. ऑक्टोबर २०२१मध्ये सर्वोच्च न्यायालयाने या महत्त्वाच्या घटनांमध्ये राष्ट्रीय हरित न्यायाधिकरणाला देशात कुठेही पर्यावरणाचा विनाश होत असेल तर स्वतःहून (सू मोटो) खटले भरण्याची परवानगी देण्यात आली आहे.

ई-कचऱ्याचे थोडक्यात वर्णन करायचे झाल्यास त्यास असे म्हणता येईल की कोणतीही इलेक्ट्रॉनिक वस्तू जी जुनी झाली आहे, ती वापरण्यायोग्य नाही किंवा त्या वस्तूचा कालावधी संपला आहे आणि आता ती विल्हेवाट लावण्यायोग्य झाली आहे ज्यामध्ये या वस्तूचे विविध भाग, घटक आणि सुटे भाग यांचा समावेश होतो. यातील २१ प्रकारच्या वस्तूंचे दोन विभागांत वर्गीकरण केले गेले.

१. त्यातील पहिला वर्ग म्हणजे माहिती तंत्रज्ञान आणि संज्ञापनाची साधने

२. दुसरा वर्ग म्हणजे ग्राहकोपयोगी इलेक्ट्रिकल आणि इलेक्ट्रॉनिक्स वस्तू

ई-वेस्ट मॅनेजमेंट रूल्स २०१६ नुसार २१ प्रकारच्या इलेक्ट्रॉनिक वस्तूंची यादी तयार करण्यात आली. त्यानंतर ई-कचरा नीट हाताळला गेला नाही म्हणून ज्या भागात अपघात झाले अशा अनेक बहुचर्चित जागा निवडून या जागांवर विशेष लक्ष ठेवण्यात आले. महत्त्वाचे म्हणजे इलेक्ट्रॉनिक वस्तू गोळा करून त्यावर प्रक्रिया करण्याची जबाबदारी त्या कंपन्यांवर टाकण्यात आली.

कंपनीने इलेक्ट्रॉनिक वस्तू विकतानाच ग्राहकांकडून काही डिपॉझिट घ्यावे आणि मूळ उत्पादकाला ती वस्तू परत केली तर व्याजासह ते डिपॉझिट कंपन्यांनी आपल्या ग्राहकांना परत करावे अशी योजना जाहीर करण्यात आली. राज्य शासनावरही या ई-कचऱ्याची विल्हेवाट नीट लावण्याची जबाबदारी देण्यात आली. या नियमांचा भंग केल्यास मोठा दंड लावण्याची तरतूदही करण्यात आली. शहरी स्थानिक स्वराज्य संस्थांना या मोहिमेत सहभागी करून घेण्यासाठी विशेष प्रयत्न केले गेले.

चक्रीय अर्थव्यवस्था किंवा सर्क्युलर इकॉनॉमी

पृथ्वीवरील निसर्गाचा विनाश आणि पर्यावरणाची हानी रोखण्यासाठी नवा पर्याय म्हणून चक्रीय अर्थव्यवस्थेचा उगम झाला आहे. या अर्थव्यवस्थेत वस्तूंची निर्मिती करतानाच त्या जास्त काळ टिकणाऱ्या, पुन्हा वापरत्या येण्याजोग्या आणि पुनर्निर्मितिक्षम बनवण्यासाठी विचार केला जातो. या वस्तूंमध्ये वापरला जाणारा प्रत्येक घटक पुन्हा नव्या उत्पादनाचा कच्चा माल म्हणून किंवा ऊर्जा स्रोत म्हणून वापरला गेला पाहिजे व फारच थोडा भाग कचरा म्हणून शिल्लक राहिला पाहिजे यावर कटाक्ष असतो.

नैसर्गिक साधनांचा कार्यक्षम उपयोग कसा करायचा, हे या अर्थव्यवस्थेत पाहिले जाते. त्यासाठी प्रामुख्याने तीन आर म्हणजे रियूज, रिपेअर आणि रिसायकल या संकल्पनांचा वापर करून वस्तूंची दुरुस्ती, नूतनीकरण आणि वापरलेल्या साहित्याच्या पुनर्प्राप्तीसाठी जाणीवपूर्वक प्रयत्न केला जातो. कोणत्याही वस्तूंमधल्या प्रदूषण कमी करणाऱ्या, विघटनक्षम जैविक घटकांना बाजूला काढले जाते आणि निसर्गात विघटन न होणाऱ्या पदार्थांना पुन्हा वापरले जाते. पुन्हा पुन्हा

वापरले जाते म्हणून त्यास चक्रीय अर्थव्यवस्था असे म्हणतात. उदाहरणार्थ, एखादी व्यक्ती आपला मोबाईल बदलणार असेल तर तो फेकून देण्याऐवजी तो दुसऱ्याला वापरायला देईल. समजा तो खराब झाला तर तो दुरुस्त करून वापरता येईल आणि अगदीच त्याचे आयुष्य संपले तर त्यातील तांबे, सोने, ॲल्युमिनियम, प्लॅस्टिक असे पदार्थ काढून घेऊन त्यातून त्यांना पुन्हा नव्या वस्तू बनवण्यासाठी वापरले जाईल. यामुळे नवी उत्पादने बनवण्यासाठी निसर्गावर येणारा ताण कमी होईल. या उलट काही अर्थव्यवस्था या सरळ किंवा लिनियर असतात. ज्यात सरळ निसर्गातून खनिजे काढून नव्या वस्तू बनवल्या जातात आणि त्या खराब झाल्या की त्या टाकून दिल्या जातात. यामध्ये कुणाचाच फायदा होत नाही, पण निसर्गाचा मात्र तोटा किंवा ऱ्हास होतो.

चक्रीय अर्थव्यवस्थेत मात्र ग्राहक, उत्पादक, अर्थव्यवस्था आणि पृथ्वी अशा सर्वांचा विचार केला जातो.

फायदे

१. उद्योजकांनी उत्पादनात एकदा वापरलेले पदार्थ घटक चक्रीय अर्थव्यवस्थेत पुन्हा कच्चा माल म्हणून उद्योगांना मिळतात. तांबे, ॲल्युमिनियम, सोन्यासारखी महत्त्वाची खनिजे स्वस्तात उपलब्ध होऊ शकतात. यामुळे कच्च्या मालाच्या उपलब्धतेची समस्या कमी होते आणि बाजारभावापेक्षा स्वस्तात हा माल उपलब्ध होतो. नफ्यात काही प्रमाणात वाढ होते.

२. पर्यावरणाच्या दृष्टिकोनातून ई-कचऱ्याची विल्हेवाट कशी लावायची, या समस्येचे काही अंशी उत्तर मिळते. कचऱ्याचे रूपांतर कच्च्या मालात होते. खनिजांपासून कच्च्या मालाची निर्मिती करताना होणारे वायुप्रदूषण, जलप्रदूषण आणि जमिनीचे प्रदूषण कमी करण्यात याचा हातभार लागतो.

३. ग्राहकांसाठी नूतनीकरण केलेली उत्पादने स्वस्तात उपलब्ध होतात. नव्या कच्च्या मालाच्या तुलनेत अनेकदा जुना कच्चा माल अधिक टिकाऊ असतो आणि ही उत्पादने अधिक कार्यक्षम असतात. या उत्पादनांचा दुरुस्ती खर्चही नव्याच्या तुलनेत कमी असतो. त्यामुळे कमी किमतीत उत्तम दर्जाची उत्पादने वापरणाऱ्या ग्राहकांसाठी नूतनीकरण केलेल्या वस्तू वापरणे फारच किफायतशीर पडते.

चक्रीय अर्थव्यवस्थेचे हे फायदे लक्षात घेऊन जर्मनी आणि जपान या प्रामुख्याने इलेक्ट्रॉनिक उत्पादन करणाऱ्या देशांनी आपल्या अर्थव्यवस्थेची या नव्या रचनेनुसार बांधणी करायला सुरुवात केली आहे, तर चीनने 'सर्क्युलर इकॉनॉमी प्रमोशन लॉ'च तयार केला आहे आणि आपली अर्थव्यवस्था चक्रीय अर्थव्यवस्थेला प्रोत्साहन देणारी बनवली आहे.

याशिवाय, शाश्वत विकासाची ध्येय अंगीकारणाऱ्या अनेक देशांनी चक्रीय अर्थव्यवस्थेचा गंभीरपणे विचार करायला सुरुवात केली आहे.

भारतातील चक्रीय अर्थव्यवस्था

भारताने नॅशनल प्रॉडक्टिव्हिटी कौन्सिल किंवा राष्ट्रीय उत्पादकता परिषदेची स्थापना केली आहे. या परिषदेमार्फत चक्रीय अर्थव्यवस्था निर्माण करण्यासाठी प्रयत्न केले जातात. २०१९मध्ये या संस्थेने 'उत्पादकता आठवडा' साजरा करताना सर्क्युलर इकॉनॉमी फॉर प्रॉडक्टिव्हिटी अँड सस्टेनिबिलिटी या विषयावर 'मेक – युज – रिटर्न' हे घोषवाक्य घेऊन देशभर चर्चा घडवून आणली आणि चक्रीय अर्थव्यवस्थेच्या दिशेने पावले टाकायला सुरुवात केली.

डिजिटल इंडिया मार्फत इलेक्ट्रॉनिक कचऱ्याच्या पुनर्निर्मितीसाठी खूप प्रयत्न केले जात आहेत, त्याचप्रमाणे स्वच्छ भारत मिशनच्या अंतर्गतही कचऱ्यातून संपत्ती निर्माण करण्याकरता बरेच प्रयत्न होत आहेत. भारतात चक्रीय अर्थव्यवस्थेची व्याप्ती/परीघ प्रचंड मोठी/मोठा आहे, कारण एकूण कचऱ्यापैकी फक्त २०% कचऱ्याचा पुनर्वापर होतो. उत्पादन क्षेत्रातील लहान व मध्यम कंपन्यांना (MSMEs) या क्षेत्रात काम करण्यासाठी अनेक संधी आहेत, फक्त DECIDE केले तर, अर्थात मनावर घेतले तर!

सर्क्युलर किंवा चक्रीय अर्थव्यवस्थेचा अभ्यास करत असताना DECIDE संकल्पना माझ्या वाचनात आली आणि त्याप्रमाणे मी ठरवले किंवा डिसाइड केले की आपण आता प्रामुख्याने या क्षेत्रात काम करायचे आणि त्याप्रमाणे मी लगेच स्टार्टअपची नोंदणीही केली. ही संकल्पना इंग्रजीत खालीलप्रमाणे होती.

DECIDE

- Designing processes for refurbishment and easy cycling.
- Educating masses on Circular Economy and its benefits.

- Collaborative Models for smooth implementation of C.Economy
- Innovating Products for circularity.
- Digitisation for transparency, virtualization, dematerialization and feedback driven intelligence for saving resources.
- Energy Efficient for Environmental sustainability.

या वरील **DECIDE** आद्याक्षरांतून शाश्वत विकास आणि चक्रीय अर्थव्यवस्थेच्या सर्व संकल्पना स्पष्ट होतातच, पण त्याचबरोबर हा शब्द डिसाइड म्हणजे 'निर्णय घ्या' हे ठामपणे सांगतो. प्रत्येक उत्पादकाने या प्रकारे जर निर्णय घेतला की आम्ही असा कच्चा माल वापरून वस्तूंचे उत्पादन करू, ज्या पुन्हा पुन्हा वापरता आल्या पाहिजेत.

तर ही एका अर्थाने चौथ्या औद्योगिक क्रांतीची सुरुवात आहे. आपण या औद्योगिक क्रांतीत सहभागी व्हायला पाहिजे आणि शाश्वत उत्पादनांच्या प्रचार व प्रसारासाठी प्रयत्न केले पाहिजेत असे प्रकर्षने वाटू लागले, पण यासाठी ही चौथी औद्योगिक क्रांती काय आहे, ते समजून घेणे गरजेचे आहे.

आपल्या सर्वांनाच माहिती आहे की पहिली औद्योगिक क्रांती वाफेच्या इंजिनाच्या शोधानंतर सुरू झाली. पाण्याच्या वाफेतील शक्तीचा वापर करून मोठ्या प्रमाणावर उत्पादने तयार करणारे कारखाने या काळात तयार झाले. शेती संस्कृतीतल्या कुटिर उद्योगातून हाताने बनणाऱ्या वस्तू मोठमोठ्या कारखान्यात बनू लागल्या. त्यासाठी नव्या संशोधनांना चालना मिळाली. कच्चा माल मिळवण्यासाठी साम्राज्यशाही निर्माण झाली. ब्रिटिश भारतातून कच्चा माल युरोपात नेऊन कारखान्यातून पक्का माल तयार करून पुन्हा भारतात सामान्य लोकांना विकू लागले. यातूनच युरोपची भरभराट झाली.

दुसऱ्या औद्योगिक क्रांतीत विजेचा शोध लागला आणि सर्व कारखाने वाफेच्या इंजिनाकडून विजेवर चालणाऱ्या इंजिनाकडे वळले. विजेवर चालणाऱ्या कारखान्यांनी उत्पादन अधिक मोठ्या प्रमाणावर व सुलभ केले. वाहन उद्योगाची

भरभराट याच काळात झाली. एकाच मोठ्या पट्ट्यावर सुटे भाग जोडणारी असेंब्ली लाईन याच काळात सुरू झाली आणि उत्पादनाचा वेग वाढला. वेळेच्या बचतीमुळे खर्च कमी झाला आणि या कारखान्यातून निर्माण होणाऱ्या वस्तूंची बाजारपेठ तयार करण्याकरता जाहिरात आणि मार्केटिंगचे तंत्र विकसित झाले. सामान्य माणसाला परवडतील अशा किमतीत वस्तूंचे उत्पादन सुरू झाले.

तिसऱ्या औद्योगिक क्रांतीचा पाया संगणकाने रचला. या क्रांतीला संगणक क्रांतीप्रमाणेच इलेक्ट्रॉनिक क्रांतीही म्हणतात, कारण या कालावधीत इलेक्ट्रॉनिक्सचा वापर सर्वात अधिक झाला. संगणकामुळे कामे वेगाने आणि स्वस्तात होऊ लागली. अनेक इलेक्ट्रॉनिक वस्तूंचे शोध लागले आणि त्यांचा वापर सर्वसामान्यांच्या दैनंदिन जीवनात होऊ लागला. आपण सर्व या इलेक्ट्रॉनिक औद्योगिक क्रांतीच्या तिसऱ्या लाटेत वाढलो आहोत. संगणक आपल्या आयुष्याचा भाग किती सहजपणे झाला हे आपल्याला समजलेही नाही. विशेषतः इंटरनेटच्या वापरामुळे जग जवळ आले. चोवीस तास व तीनशे पासष्ट दिवस चालू लागले. माहितीचा साठा संगणकात साठवायला सुरुवात झाली. त्यावरची प्रक्रियाही वेगाने होऊ लागली. या माहितीचा वापर करून नव्या नव्या संशोधनांचा वेग प्रचंड वाढला. यातून नवे जग उभे राहू लागले.

तिसऱ्या इलेक्ट्रॉनिक औद्योगिक क्रांतीच्या पायावर चौथी डिजिटल औद्योगिक क्रांती उभी आहे. या क्रांतीने वरील तीनही क्रांतींच्या पुसट रेषा संपवून टाकल्या. शारीरिक, डिजिटल आणि जैविक उद्योगाच्या सर्व परिघांना स्पर्श करणाऱ्या या चौथ्या औद्योगिक क्रांतीने माहिती तंत्रज्ञानाचा महास्फोट घडवला. या माहितीच्या प्रक्रियेसाठी लागणाऱ्या महाप्रचंड जाळ्याच्या निर्मितीसाठी इलेक्ट्रॉनिक उद्योगालाही बदलावे लागले. जगभर इंटरनेटचे महाजाल तयार झाले. या महाजालात फक्त देशच नव्हे तर व्यक्तीही जवळ आल्या. सहजपणे कुणीही कुणाशीही संवाद साधू लागला. 'नेटिझन्स' ही नवीच संकल्पना निर्माण झाली. त्यातच स्मार्टफोन्समुळे सारे जग डिजिटली प्रत्येकाच्या मुठीत आले. सर्वच व्यवहार डिजिटली होऊ लागले. या बदलांना तोंड देत उत्पादकांना आपली उत्पादने बनवणे भाग पडले. नवी संशोधने होऊ लागली आणि इंडस्ट्री 4.0 किंवा चौथी औद्योगिक क्रांती निर्माण झाली. या क्रांतीचे आपण सारे साक्षीदार आहोत. या क्रांतीचे महत्त्वाचे वैशिष्ट्य म्हणजे सायबर आणि यंत्रांचे विलिनीकरण झाले.

इंटरनेट ऑफ थिंग्ज, बिग डाटा, क्लाउड कॉम्प्युटिंग, आर्टिफिशिअल इंटेलिजन्स, 3D प्रिंटिंग आणि स्वयंचलित वाहने आदी आपल्या आसपास घडणाऱ्या बदलांना चौथी औद्योगिक क्रांती म्हणतात. या क्रांतीने माणूस, मशीन आणि बुद्धिमत्ता यांतील अंतर कमी केले. वस्तू आणि सेवांमध्ये सुधारणा झाली. व्यवहारांतील पारदर्शकता वाढली, त्याचप्रमाणे नैसर्गिक साधनसंपत्तीच्या ऱ्हासाची जाणीवही याच क्रांतीमुळे झाली. पर्यावरणाची हानी मोजता येऊ लागली. स्वाभाविकच पर्यावरणाची जाणीव असणाऱ्या उद्योजकांनी पुढाकार घेऊन शाश्वत विकासासाठी पुनर्निर्मितीचा ध्यास घेऊन ही चक्रीय अर्थव्यवस्था निर्माण केली.

या चौथ्या औद्योगिक क्रांतीचे सर्वात मोठे वैशिष्ट्य म्हणजे स्मार्टफोन्सचा वापर प्रचंड वाढला. प्रत्येक वस्तू आणि सेवा इंटरनेटच्या माध्यमातून सर्वसामान्यांच्या हातात असलेल्या स्मार्टफोनशी जोडली जाऊ लागली. माणसांचे सर्व व्यवहार स्मार्टफोन्सद्वारे होऊ लागले. स्मार्टफोनचा नंबर आणि ईमेल हा प्रत्येक माणसाची ओळख बनला. पृथ्वीवरच्या लोकसंख्येपेक्षाही जास्त स्मार्टफोन्स सध्या वापरात आहेत. स्वाभाविकच स्मार्टफोन्सचा वापर करून शाश्वत विकासासाठी प्रयत्न केले पाहिजेत या दिशेने विचार सुरू झाले.

स्मार्टफोन्सचा मौल्यवान कचरा

सेलफोन्स किंवा स्मार्टफोन्सचा कचरा आता वाढू लागला आहे, कारण ज्या प्रमाणात लोकसंख्या स्मार्टफोन्स वापरू लागली आहे, ते प्रमाण प्रचंड मोठे आहे. या कचऱ्याला फार मोठे मूल्य आहे कारण स्मार्टफोन्समध्ये अनेक खनिज पदार्थांचा खजिना आहे.

दहा हजार सेलफोन्सचे अंदाजे वजन एक टन असू शकते. या एका टनात ३,५७३ ग्रॅम्स चांदी, ३६८ ग्रॅम सोने आणि २८७ ग्रॅम पॅलेडियम असू शकते. ज्यांची किंमत सुमारे पंचवीस ते तीस लाख इतकी असू शकते. या किमतीपेक्षाही महत्त्वाची गोष्ट म्हणजे ई-कचऱ्याचे प्लॅस्टिकप्रमाणेच जैविक विघटन होऊ शकत नसल्याने पुनर्निर्मितीसाठी पृथ्वीवरील संभाव्य खनिजांचा वापर न होऊ देण्याची किंमत किती तरी जास्त आहे. कारण हे सर्व घटक नष्ट करायचा प्रयत्न केला की ते वातावरणात विषारी वायू पसरवतात, ज्यांचा एकूणच तोटा होतो. एकूणच जमीन, पाणी, वायू आदींना प्रदूषित करण्यापासून आपण काही प्रमाणात वाचवू शकतो व

पर्यायाने मानवाच्या जैविक रक्षणासाठीही हातभार लावू शकतो. या प्रकारे जुन्या खनिज पदार्थांचा वापर करून बनवलेल्या नव्या इलेक्ट्रॉनिक वस्तूंच्या वापराने प्रत्येक कार्बन फूट प्रिंट पर्यावरण रक्षणाच्या कामात सहयोग देतो. अर्थात, यासाठी सर्वांनीच प्रयत्न केले पाहिजेत. उदाहरणार्थ, ई-कचरा हा पर्यावरणाची व पर्यायाने पृथ्वीची फार मोठ्या प्रमाणावर हानी करत आहे याची जाणीव-जागृती करणे गरजेचे आहे. इलेक्ट्रॉनिक वस्तू निर्माण होत असताना त्यासाठी मोठ्या प्रमाणावर नैसर्गिक साधने लागतात. ती वापरताना जागतिक हवामान बदलात आपण भर घालतो आणि ते वापरून झाल्यावर जर त्यांची नीट विल्हेवाट लावली नाही, तर ते वातावरणात विषारी वायूंचे उत्सर्जन करतात किंवा जमिनींची वाट लावतात. ज्यामुळे मानवी जीवालाच धोका निर्माण होतो.

हे एकदा लक्षात आले की ई-कचऱ्याची विल्हेवाट लावणे ही फक्त सरकारची जबाबदारी आहे असे न मानता प्रत्येक व्यक्तीचीही ती जबाबदारी आहे हे लक्षात येते व जाणीवपूर्वक पर्यावरणपूरक जीवन जगण्याचा निश्चय होऊ शकतो.

सर्वांत पहिल्यांदा ह्या इलेक्ट्रॉनिक साधनांची नीट विल्हेवाट कशी लावायची, याचे प्रशिक्षण घेणे गरजेचे आहे. आपल्या भारतीय समाजातील अनेक जणांना अशी काही समस्या आहे याची जाणीवच नाही, त्यामुळे त्यांना प्रशिक्षित करणे गरजेचे आहे. त्याचप्रमाणे अनेक जण माहिती असूनही केवळ कंटाळा किंवा आळशीपणामुळे ई-कचऱ्याची विल्हेवाट योग्य तऱ्हेने लावत नाहीत.

दुसरी महत्त्वाची गोष्ट म्हणजे शाश्वत विकासाला पूरक ठरणाऱ्या वस्तूंची खरेदी करणे हे जाणीवपूर्वक केले तरी खूप मोठा फरक पडू शकतो. अगदी लहान गोष्टी उदाहरणार्थ, पुनर्रचना केलेल्या वस्तूंचा वापर करणे, प्लॅस्टिक न वापरता कागदी किंवा बांबूच्या वस्तू वापरणे – ज्यांचे जैविक विघटन होऊ शकेल, वस्तूंची खरेदी करतानाच त्या वापरून फेकल्या वर त्यांचे काय होणार हे जाणून घेऊन त्यानुसार वस्तू वापरणे.

सर्वांत महत्त्वाची गोष्ट म्हणजे तंत्रज्ञान पूर्णपणे न नाकारता त्यातील महत्त्वाच्या ज्ञानाचा किंवा साधनांचा उपयोग पर्यावरणपूरक करण्यावर भर देणे. सतत नवीन खरेदी न करता शक्यतो, सर्व वस्तू दुरुस्त करून पुन्हा पुन्हा वापरणे तसेच आपण खरेदी केलेल्या वस्तूंचे जीवनचक्र जास्तीतजास्त कसे राहील यासाठी प्रयत्न करणे – जेणेकरून वस्तू पुन्हा तयार करण्यासाठी कमीतकमी नैसर्गिक साधने लागतील.

ई-कचरा व्यवस्थापन ही गोष्ट अशी आहे की प्रशासन, राज्यकर्ते किंवा मोठमोठ्या कंपन्या काही तरी पावले उचलतील यासाठी वाट पाहण्याची गोष्ट नाही तर प्रत्येकाने व्यक्तिगत पुढाकार घेऊन करण्याची गोष्ट आहे. म्हणूनच आपल्या सर्वांना एकत्र येऊन काही करता येईल अशी कल्पना प्रत्यक्षात आणण्यासाठी प्रयत्न करावेत असे मला वाटले आणि त्यातून मी ए-स्टोअरची संकल्पना विकसित केली...

ए-स्टोअरची संकल्पना आणि विस्तार

एस्पायर नॉलेज अँड स्किल्स इंडिया प्रा. लि. या माझ्या संस्थेतर्फे मी ए-स्टोअर म्हणजेच ॲक्शन स्टोअरची स्थापना करायचे ठरवले आणि शाश्वत विकासासोबत बेरोजगारी दूर करण्याच्या मोहिमेत सामील व्हायचे ठरवले. त्याला निमित्त ठरली ती कर्नाटक राज्यातील बेरोजगारी निर्मूलनासाठी आखलेल्या योजनेत मिळालेली सहभागी होण्याची संधी...

एस्पायर नॉलेज अँड स्किल्स इंडिया प्रा. लि. तर्फे २०१६मध्ये नॅशनल स्किल डेव्हलपमेंट कॉर्पोरेशन बरोबर करार करून गुजरात, महाराष्ट्र, कर्नाटक आदी राज्यांत अनेक कौशल्य विकास केंद्रांची स्थापना केली होती. अनेक ठिकाणी प्रधानमंत्री कौशल्य विकास योजना राबवल्या होत्या. त्याचप्रमाणे कर्नाटकात बोम्मई हे मुख्यमंत्री असताना 'स्वामी विवेकानंद युवा शक्ती योजने'चा धडाक्यात शुभारंभ झाला. कर्नाटक राज्यातील शहर आणि खेडेगावांतील तरुणांमध्ये स्वयंरोजगार निर्माण करावा म्हणून सुरू झालेल्या या योजनेत पहिल्यापासून एस्पायर संस्था भागीदार म्हणून सहभागी झाली. नोकऱ्या मागणारे बनू नका तर नोकऱ्या देणारे बना असे आवाहन तरुणांना करून 'मुद्रा योजना', 'स्टँडअप गॅरंटी योजना', 'क्रेडिट गॅरंटी योजना', 'दीनदयाळ उपाध्याय जीवनकुशल विकास योजना' अशा किती तरी योजना राबवल्या जाऊ लागल्या. या योजनांची अंमलबजावणी करण्यामुळे मला युवकांना नेमके काय हवे आहे ते समजले. या सर्व राज्यांत एस्पायरने दोनशेहून अधिक केंद्रे चालवली आणि बेरोजगारीची समस्या सोडवण्यासाठी प्रयत्न केला म्हणण्यापेक्षा शासनाच्या यासाठीच्या प्रयत्नात सहभागी झालो. कर्नाटक सरकारने गावातले लोक गावातच राहावेत अशा दृष्टीने अनेक गावांत सेवा व दुरुस्ती केंद्रांची स्थापना करायचे ठरवले. स्मार्टफोन्स आणि मोबाईलचा झालेला प्रसार पाहून गाव

तेथे मोबाईल दुरुस्ती केंद्र सुरू करता येईल अशी योजना निघाली. सुमारे पाचशेहून अधिक केंद्रे सुरू करावीत व त्या सर्व तरुणांना एस्पायर कंपनीने प्रशिक्षण द्यावे अशी योजना आखण्यात आली व आम्ही कामाला सुरुवात केली, पण मध्येच कर्नाटक विधानसभेच्या निवडणुका आल्या आणि या निवडणुकीत सरकारमध्ये बदल झाला. स्वाभाविकच जुन्या सरकारच्या योजनांना नव्या सरकारने तिलांजली दिली आणि एक महत्त्वाकांक्षी प्रकल्प बासनात गुंडाळला गेला. पण या निमित्ताने बेरोजगारी दूर करण्यासाठी काय करता येईल, या विषयासाठीचा अभ्यास आणि नियोजन कागदावर तयार होते.

दरम्यान काळही बदलला होता. त्यामुळे नोकरी मागण्याऐवजी स्वयंरोजगाराच्या संधी शोधण्याकडे तरुणांचा कल वाढला होता. यातूनच माझ्या मनात नॅनो आंत्रप्रेन्युअर्स म्हणजेच लघु उद्योजक घडवण्याचे स्वप्न उभे राहिले. एक लहान उद्योजक उभा राहिला तर तो स्वतः स्वयंपूर्ण बनतोच, पण तो आपल्या संस्थेत किमान दोन-तीन जणांना रोजगार देतो. त्यामुळे हे महत्त्वाचे काम आहे हे माझ्या मनाला पटले आणि त्याप्रमाणे मी कामाला लागलो.

तंत्रज्ञानाच्या प्रेमात पडू नका… तंत्रज्ञानासोबत बदलत राहा…!
भारतात सर्व प्रांतांत फिरताना मी तरुणांमध्ये दोन प्रकार पाहिले. पहिला प्रकार म्हणजे या तरुणांना फक्त सरकारी नोकरीच हवी असते व त्यासाठी ते वाटेल ते जुगाड करण्याचा प्रयत्न करत असतात. अनेक जण क्षमता नसतानाही स्पर्धा परीक्षा देत राहतात आणि पैसे व उमेद संपली की मिळेल त्या पगारावर काम करू लागतात व आयुष्यभर नशिबाला आणि व्यवस्थेला दोष देत राहतात किंवा दुसऱ्या प्रकारचे तरुण हे समोर येईल ते काम करतात, सतत धडपड करत पुढे जाण्याचा प्रयत्न करतात. अतिशय कष्टाळू असतात पण योग्य त्या प्रशिक्षणाअभावी त्यांना त्यांचा व्यवसाय वाढवता येत नाही. अनेकदा ते कर्जाच्या विळख्यात अडकलेले असतात आणि त्यातून बाहेर कसे पडायचे, याचे त्यांना ज्ञान नसते. त्याचप्रमाणे काळाप्रमाणे बदलणे हेही त्यांना शक्य नसते.

मी जेव्हा व्यवसायाला सुरुवात केली, तेव्हा संगणक आणि हार्डवेअर आणि नेटवर्किंगचे तंत्रज्ञान नुकतेच आले होते. त्यामुळे सुरुवातीला मोठ्या प्रमाणावर चाललेला व्यवसाय कालांतराने बदलावा लागला, कारण इंटरनेट आल्यावर

नेटवर्किंग कालबाह्य झाले. त्यानंतर स्मार्टफोनचा जमाना आला आणि जग डिजिटल बनले. आता काळाप्रमाणे जे बदलले नाहीत व जुन्याच कौशल्यांना धरून बसले, ते सगळे मागे पडले. म्हणून मी नेहमी सर्व विद्यार्थ्यांना सांगतो की तंत्रज्ञानाच्या प्रेमात पडू नका. हे तंत्रज्ञान बदलणार आहे किंवा कालबाह्य होणार आहे, त्याप्रमाणे तुम्हांलाही बदलायला हवे. हाच मंत्र माझ्याही जीवनात राबवण्याचा मी नेहमी प्रयत्न केला.

भविष्यात कोणते महत्त्वाचे बदल घडणार आहेत आणि देशाला नेमकी कशाची गरज आहे, याचा विचार करूनच त्यानुसार एस्पायरचे धोरण आखले पाहिजे, हे लक्षात आले. आपला देश तरुणांचा आहे. त्यामुळे त्यांना स्वयंरोजगारासाठी सक्षम बनवणे हे देशाच्या प्रगतीच्या दृष्टीने महत्त्वाचे ठरणारे आहे. यासाठी कर्नाटकातील अभ्यास उपयोगी पडला. गावातून शहरात होणारे तरुणांचे स्थलांतर थांबवायचे असेल तर गावातच रोजगार तयार व्हायला हवा. आता गावोगाव मोबाईल्स विक्री होऊ लागल्याने मोबाईल दुरुस्ती केंद्रे जर गावात सुरू केली तर उपयोग होईल या दृष्टीने युवकांना प्रशिक्षणासह आर्थिक साहाय्य देण्याची योजना ए-स्टोअरच्या माध्यमातून आखली आणि ती राबवायला सुरुवात केली.

या योजनेला कसा प्रतिसाद मिळतो व संकल्पना पातळीवर ती कशी स्वीकारली जाते, हे पाहण्यासाठी प्रगती मैदान, नवी दिल्ली येथे भरलेल्या प्रदर्शनात मोठे दालन घेऊन मी पहिल्यांदा ही संकल्पना मांडली. हे एक मोठे धाडस होते पण या ठिकाणी दिल्लीतील मोठमोठे राजकीय नेते, मंत्री, शासकीय अधिकारी उपस्थित राहणार होते. त्यांच्या प्रतिसादावरून आपली संकल्पना योग्य आहे की नाही, ते मला समजणार होते. त्याप्रमाणे १ ते ४ ऑक्टोबर २०२२ या काळात मी दिल्लीत ए-स्टोअरचे दालन उभे केले आणि शाश्वत विकासासोबत ए-स्टोअरच्या माध्यमातून बेरोजगारीही कशी कमी करता येईल, याबद्दल माझे सादरीकरण केले. या उपक्रमामुळे मला अनेक संधी मिळाल्या. विविध राज्यांतून या उपक्रमांबद्दल उत्सुकता दाखवली गेली. काही राज्यांतून विविध संस्थांची निमंत्रणेही आली. त्यामुळे माझे संपर्कक्षेत्र विस्तारले आणि एक नवा आत्मविश्वास घेऊन मी कामाला लागलो. डिक्कीच्या माध्यमातून लखनौ, केरळ, मुंबई येथे दौरे केले आणि प्रसार व प्रचार केला, पत्रकार परिषदा घेतल्या. इंडिया सीएसआर या संस्थेच्या माध्यमातून बेंगलोर, रायपूर, बिहार, दिल्ली येथे प्रचार केला. पुणे

महानगरपालिकेने माझा सत्कार केला. पुणे मॅनेजमेंट असोसिएशन व 'देआसरा फाउंडेशन' हेही या संकल्पनेत सहभागी झाले आहेत.

ए-स्टोअरची संकल्पना प्रत्यक्षात आणण्यासाठी सर्वप्रथम मी शाळा व महाविद्यालयांत ही स्टोअर्स उघडण्याचे ठरवले. त्यासाठी सावित्रीबाई फुले पुणे विद्यापीठाच्या रिसर्च पार्क फाउंडेशनमध्ये नव्या स्टार्टअपची नोंदणी करून त्यांच्याच आवारात पहिले ए-स्टोअर सुरू केले आणि शिक्षणसंस्थांमध्ये ए-स्टोअर सुरू करण्याचा शुभारंभ केला. शिक्षणसंस्थांमध्ये हे ए-स्टोअर उघडण्यामागचे कारण थेट तरुणांबरोबर संवाद साधता येणार होता. विद्यार्थ्यांना प्रशिक्षण देऊन तिथेच रोजगारही उपलब्ध करून देता येणार होता, तसेच शाश्वत विकासाच्या आणि पर्यावरण रक्षणाच्या कामात तरुणांना सहभागी करून घेऊन त्यांच्यात जाणीव-जागृती निर्माण करण्याची गरज होती, कारण हे युवकच उद्याचे भविष्य आहेत. अनेक शाळा-महाविद्यालयांना ए-स्टोअरचा हा दृष्टिकोन पटला आणि त्यांनी आपल्या संस्थेत जागा उपलब्ध करून देण्याची तयारी दाखवली. पुणे विद्यार्थी गृहाने यासाठी पुढाकार घेतला आणि तिथे ए-स्टोअर उघडले गेले.

शिक्षणसंस्थांप्रमाणेच ए-स्टोअरच्या संकल्पनेला मुख्य बाजारपेठेत कसा प्रतिसाद मिळतो, ते पाहणे गरजेचे होते. यासाठी पुण्यातील हडपसर बाजारपेठेत मध्यवर्ती कमर्शियल कॉम्प्लेक्समध्ये ए-स्टोअरची सुरुवात केली. यासाठी महिला उद्योजकांना प्रोत्साहन देण्यासाठीही प्रयत्न केला. हे ए-स्टोअर PMEGP (Prime Minister's Employment Generation Programme म्हणजेच पंतप्रधान रोजगार निर्मिती योजना) योजनेतून एका महिला उद्योजकेने आम्ही दिलेल्या आर्थिक साहाय्यावर उभे केले आहे. या स्टोअरलाही चांगला प्रतिसाद मिळतो आहे.

ट्रिपल आर रिक्षाची संकल्पना

याच काळात एक नवीन कल्पना सुचली ती ट्रिपल आर ऑक्शन रिक्षांची! आतापर्यंत आपण सर्व मोबाईल विक्री व दुरुस्ती केंद्रे ही दुकानात किंवा एका ठिकाणी स्थिर पाहिली आहेत. मोबाईल दुरुस्तीची मोबाईल दुकाने अजूनपर्यंत कुणी सुरू केली नाहीत. तो प्रयत्न मी ट्रिपल आर ऑक्शन स्टोअर रिक्षांच्या माध्यमातून सुरू केला. ही योजना खालीलप्रमाणे आहे.

बेरोजगारी दूर करण्यासोबतच शाश्वत विकास घडवणाऱ्या ट्रिपल आर रिक्षांची अनोखी योजना

नुकत्याच झालेल्या जी-२० देशांच्या परिषदेत नैसर्गिक साधनसंपत्तीच्या अपरिमित वापरामुळे होणारा पृथ्वीचा विनाश ही सर्वांत मोठी जागतिक समस्या आहे व त्यासाठीच्या शाश्वत विकासासाठी सर्व देशांनी प्रयत्न केले पाहिजेत, असा ठराव पहिल्या क्रमांकावर मांडला गेला. शाश्वत विकास संकल्पनेतील ट्रिपल आर म्हणजे रिड्यूस (Reduce), रियूज किंवा रिपेअर (Reuse or Repair), आणि रिसायकल (Recycle) या तीन आर घटकांवर लक्ष केंद्रित करून ही योजना तयार करण्यात आली आहे.

शाश्वत विकासाचा प्रचार आणि प्रसार करणारे ए-स्टोअर अर्थात ॲक्शन स्टोअर

या रिक्षाची रचना अशा पद्धतीने करण्यात आली आहे की ती कोणत्याही गावात, सोसायटीत, बसस्टँडवर, शाळा-महाविद्यालयात किंवा गर्दीच्या ठिकाणी उभी राहू शकेल आणि त्यावर लावलेल्या शाश्वत विकासाच्या संकल्पनांच्या बोर्डमुळे सहजपणे येणाऱ्या-जाणाऱ्यांच्या नजरेस शाश्वत विकासाच्या संकल्पना पडून त्याचा प्रचार व प्रसार तर होईलच पण या प्रदर्शनाद्वारे विद्यार्थ्यांना आणि सर्वसामान्य नागरिकांना पर्यावरण रक्षणासाठी प्रत्यक्ष सहभागी होण्याचे आवाहनही केले जाईल.

पण हे फक्त माहिती देणारे प्रदर्शन नसेल, तर तिथल्या तिथे लगेच सहभाग नोंदवता येईल असे हे ट्रिपल आर ॲक्शन स्टोअर असेल. या रिक्षासाठी सोलर पॅनेल्सचा वापरही करण्यात येणार आहे.

१. पहिला आर ॲक्शन : रिड्यूस किंवा कमी करणे

नैसर्गिक साधनसंपत्तीचा कमीतकमी विनाश होईल अशा पद्धतीने आपली जीवनशैली असली पाहिजे यावर प्रचारात भर दिला जाईल. नवे स्मार्टफोन्स, लॅपटॉप, टॅब्स आदी इलेक्ट्रॉनिक वस्तू खरेदी करताना शक्यतो पुनर्निर्मित वस्तू वापरण्याचा आग्रह धरा, असे आवाहन केले जाईल.

२. दुसरा आर अॅक्शन : रियुज किंवा रिपेअर अर्थात दुरुस्ती करून पुनर्वापर

सध्या सर्वात जास्त वापर केली जाणारी इलेक्ट्रॉनिक वस्तू म्हणजे आपले स्मार्ट मोबाईल फोन्स! या फोन्सना केवळ दुरुस्तीची यंत्रणा नसल्याने ते फेकून दिले जातात किंवा नवे घेतले जातात. यामुळे नैसर्गिक साधनसंपत्तीचे प्रचंड नुकसान होते. म्हणूनच ट्रिपल आर रिक्षात जागेवरच मोबाईल दुरुस्त करून देण्याची सोय असेल. तसेच घरातील सर्व इलेक्ट्रॉनिक साधनांची दुरुस्ती करण्याची हमी घेणाऱ्यांना ए-स्टोअर संजीवनी योजनेचे सभासद करून घेण्यात येईल आणि स्वस्तात सर्व वस्तूंचा विमा उतरवून ही दुरुस्ती माफक किमतीत किंवा मोफतही होईल.

३. तिसरी आर अॅक्शन : रिसायकल किंवा पुनर्निर्मिती

प्रचंड प्रमाणात वापरात असणाऱ्या विविध प्रकारच्या इलेक्ट्रॉनिक साधनांमुळे तितक्याच मोठ्या प्रमाणावर निर्माण होणाऱ्या ई-कचऱ्याची समस्याही मोठी आहे. ट्रिपल आर रिक्षांद्वारे हा ई-कचरा गोळा करून त्यांचे व्यवस्थापन करण्याची कृती ए-स्टोअरमध्ये केली जाणार आहे. ही रिक्षा जिथे जाईल, तिथे लोकांना ई-कचरा देण्यासाठी आवाहन करेल आणि त्या कचऱ्याचे वर्गीकरण करून त्यापासून पुनर्निर्मिती करण्यासाठी पुढील प्रक्रिया केंद्रात तो पाठवला जाईल.

बेरोजगारी दूर करणारी ट्रिपल आर रिक्षाची योजना

आपल्या देशासमोरील बेरोजगारीचा मोठा प्रश्न सोडवण्यासाठी भारत सरकारने अनेक उत्तम योजना जाहीर केल्या आहेत, पण त्यांची माहिती सर्वसामान्यांपर्यंत पोहोचत नाही. ए-स्टोअरद्वारे या योजनांची माहिती सर्वांना दिली जाईल, त्याचप्रमाणे ज्या तरुणांना ट्रिपल आर रिक्षाद्वारे स्वतःचा व्यवसाय करायचा आहे त्यांना प्राईम मिनिस्टर एम्प्लॉयमेंट जनरेशन प्रोग्राम (पीएमइजीपी - PMEGP) द्वारे सबसिडी आणि कर्ज उपलब्ध करून दिले जाईल. तसेच ही ट्रिपल आर रिक्षा खरेदी करून ए-स्टोअर सुरू करणाऱ्या सर्व सदस्यांना एस्पायर संस्थेमार्फत मोबाईल दुरुस्ती प्रशिक्षण, सर्व प्रकारची साधने, मनुष्यबळ आणि प्रत्यक्ष व्यवसाय व्यवस्थापनात मदत अशी सेवाही पुरवली जाईल. या अनोख्या योजनेचा लाभ घेऊन ट्रिपल आर अॅक्शन स्टोअरची मालकी घेऊन हे लघुउद्योजक ए-स्टोअर परिवारामार्फत संपूर्ण व्यवसाय व्यवस्थापन करून दरमहा हमखास स्थिर उत्पन्नही मिळवू शकतात.

या योजनेसाठी नॅशनल स्किल डेव्हलपमेंट सेंटर, स्किल इंडिया, इलेक्ट्रॉनिक स्किल सेक्टर, युवा अशोका ॲग्रोटेक, पीएमइजीपी योजना आदी राज्य आणि केंद्र शासनाच्या योजनांचे तसेच विविध सरकारी व खासगी बँकांचे सहकार्य लाभले आहे.

शॉप इन शॉप योजना

ए-स्टोअर्स स्थापनेसाठी गावोगाव फिरताना एक गोष्ट लक्षात आली की अनेक ठिकाणी पूर्ण स्वतंत्र ए-स्टोअर स्थापन करण्याची गरज नाही, तर तिथल्या स्थानिक दुकानातच ए-स्टोअरचा एक विभाग सुरू केला तरी पुरेसा आहे. त्यामुळे आम्ही 'शॉप इन शॉप' ही संकल्पना विकसित केली. या योजनेनुसार तुमच्याकडे जर तयार दुकान (रेडी शॉप) असेल तर त्या दुकानातच ए-स्टोअर हे दुकान सुरू केले जाईल. या दुकानात ए-स्टोअर नावाने २ फूट बाय ५ फूट उंचीचा टॉवर असेल किंवा २ फूट बाय ३ फूट लांबी-रुंदीचा भिंतीवर अडकवता येईल असा स्टँड असेल. ज्यामध्ये मोबाईलला लागणारी सर्व प्रकारची साधने आणि उपकरणे असतील. ही मोबाईलसाठी आवश्यक उपकरणे फक्त १५ हजार रु. डिपॉझिटमध्ये या दुकानांना उपलब्ध होतील. सुरुवातीला सर्वसाधारण ५० हजारांपर्यंतची सर्व साधने आणि स्टँड असेल. ज्याप्रमाणे खप होईल त्याप्रमाणे या दुकानदारांना ब्रँडेड ॲक्सेसरीजचा अमर्यादित साठा उपलब्ध असेल. त्यांनी मागणी केली लगेच पुरवठा होईल अशी यंत्रणाही उभारण्यात आली आहे.

या योजनेद्वारे ज्याच्याकडे दुकान आहे अशी कोणीही व्यक्ती फक्त १५ हजार रुपयांत आपला व्यवसाय सुरू करू शकते त्याचप्रमाणे, त्यांच्या दुकानात मोबाईल दुरुस्ती किंवा सेवेचे ग्राहक वाढल्यामुळे ते आपल्या दुकानातील अन्य वस्तू विकूनही चांगला नफा मिळवू शकतात. यासाठी दुकानदाराला अधिकच्या मनुष्यबळाची गरज नाही. सध्याचा नोकरवर्गच हे शॉपमधले शॉप चालवतो. या संकल्पनेलाही चांगलीच मागणी आहे.

संजीवनी ॲन्युअल मेंटेनन्स कॉन्ट्रॅक्ट

ए-स्टोअरची सर्वांत उत्तम योजना कोणती, असे विचाराल तर मी नक्कीच संजीवनी वार्षिक देखभाल करार किंवा संजीवनी AMC (ॲन्युअल मेन्टेनन्स कॉन्ट्रॅक्ट

Annual Maintainance Contract) ला अधिक गुण देईन आणि या योजनेचा प्रत्येकानेच लाभ घ्यावा असे म्हणेन. ग्राहकांना सर्वांत अधिक फायदा देणारी ही योजना खूप मोठ्या प्रमाणात राबवण्याची गरज आहे.

संजीवनी एएमसीचे ध्येय अतिशय स्पष्ट आहे. ए-स्टोअरच्या ग्राहकांना वार्षिक देखभाल कराराचे संजीवनी सभासद करून घेतले की योजनेच्या नावाप्रमाणेच सर्व मोबाईल आणि इलेक्ट्रॉनिक उपकरणांना संजीवनी मिळेल. या योजनेनुसार ग्राहकांच्या हातातील फक्त मोबाईलच नव्हे तर सर्व प्रकारच्या इलेक्ट्रॉनिक वस्तूंची देखभाल करण्याची जबाबदारी ए-स्टोअर घेईल. वेळेवर देखभाल केल्यामुळे वस्तूंचे आयुष्य तर वाढेलच, पण या वस्तू तितक्याच कार्यक्षमतेने चालवणेही शक्य होईल.

संजीवनी योजनेसाठी एस्पायर कंपनीने प्रत्येक ए-स्टोअरमागे अतिशय हुशार आणि कौशल्यपूर्ण तंत्रज्ञांची टीम उभी केली आहे, जे आपल्या कामाचा दर्जा कायम ठेवण्याबद्दल आग्रही तर असतीलच पण ते देखभाल दुरुस्तीच्या कामाबद्दल तितकेच उत्कट असतील.

अशी देखभालीची कामे करणे हे कौशल्यपूर्ण काम असल्याने ज्या शिक्षणसंस्थांमध्ये विद्यार्थी 'कमवा व शिका' योजनेद्वारे किंवा इंटर्नशीप योजनेतून या कामात सहभागी होतील, त्यांना योग्य ते प्रशिक्षण आणि लागेल तेव्हा मार्गदर्शन केले जाईल. यामुळे बेरोजगारीचा प्रश्न सोडवण्यासही मदत होईल आणि विद्यार्थी अर्थार्जन करता करता शिकूही शकतील.

संजीवनी योजनेत फक्त मोबाईल्स किंवा स्मार्टफोन्सच नव्हे तर सर्व प्रकारच्या इलेक्ट्रॉनिक वस्तूंचा समावेश असल्याने या योजनेद्वारे ए-स्टोअर ग्राहकांचा खऱ्या अर्थाने भागीदार बनणार आहे.

संजीवनी एएमसी योजना फक्त घरगुती ग्राहकांसाठी नाही तर मोठ्या कारखान्यांसाठीही आहे. इलेक्ट्रॉनिक्स वस्तूंपासून विविध साधने आणि उपकरणे या योजनेत दाखल करून घेण्यात आली आहेत. उदाहरणार्थ, टिव्ही, फ्रिज, वॉशिंग मशीन्सपासून प्रत्येकाच्या हातातल्या मोबाईलपर्यंत सर्व उपकरणांची संजीवनी योजनेत देखभाल होईल. मोठ्या कारखान्यांना व आस्थापनांनाही संजीवनी सेवा देण्याचे व्रत एस्पायर संस्थेने ए-स्टोअरच्या माध्यमातून हाती घेतले आहे.

संजीवनी योजनेचे महत्त्वाचे वैशिष्ट्य म्हणजे या योजनेत जितक्या वस्तू सहभागी होतील, त्या सर्वांचा विमा उतरवलेला असेल आणि सभासदांच्या वार्षित वर्गणीतच विमा पॉलिसी उतरवली जाईल.

संजीवनी योजनेत खालीलप्रमाणे ग्राहकांना सेवा देण्यात येणार आहे.

- दर वर्षी ठरावीक कालावधीनंतर ए-स्टोअरचा माणूस येऊन साधनांची तपासणी करेल आणि योग्य तो निर्णय घेऊन यंत्राची दुरुस्ती करावयाची असल्यास तशी सूचना देईल. अनेक ठिकाणी ए-स्टोअर्स उभी केल्यामुळे किंवा शॉप इन शॉप केल्यामुळे ग्राहकांचा प्रतिसाद चांगला मिळतो आहे. हे ग्राहक आपल्या वेळेबाबत जागरूक असतात. त्यामुळे देखभाल व दुरुस्तीचा वेळही वाचेल.

- अधिकृत कंपनी किंवा एजन्सीकडून उपकरणे, साधने किंवा सुटे भाग बदलून मिळतील. त्याचप्रमाणे मोबाईल फोन, लॅपटॉप, टॅबलेट्स आदी साधनांचा विमा काढला जाईल.

- सध्याची सर्वात महत्त्वाची समस्या ही डाटाची सुरक्षा ही आहे. योग्य व अधिकृत देखभाल करणारा ब्रँड नसल्याने अनेक महत्त्वाच्या व्यक्ती आपल्या स्मार्टफोनची दुरुस्ती करण्यास नाखूश असतात, कारण त्यांना डाटाच्या चोरीची भीती वाटते. यासाठी डाटा सुरक्षेची संपूर्ण जबाबदारी घेऊन ए-स्टोअर डाटा रिस्टोअर करेल.

- मागणीप्रमाणे घरपोच सेवा देण्याचाही संजीवनी एएमसीचा विचार आहे.

- त्याचप्रमाणे घरातील सर्व उपकरणे, साधनांचा ५ लाखांपर्यंतचा विमा याच संजीवनी एएमसीमध्ये उतरवला जाईल.

- संजीवनी योजनेचे ग्राहकांना भरपूर फायदे आहेत. कारण घरातील सर्व इलेक्ट्रॉनिक आणि इलेक्ट्रिकल वस्तूंची एकत्रित मोठ्या रकमेची विमा सुरक्षा मिळणार आहे.

- संजीवनी मोबाईल आणि अन्य लहान साधनांना विम्याचे संरक्षण पुरवेल.

- ही योजना फक्त एकाच वस्तूपुरती मर्यादित नसून संपूर्ण घरातील वस्तूंसाठी असल्याने घरातील कुटुंबातील प्रत्येकाला या योजनेत सहभागी होता येईल.
- या योजनेतच फर्निचर, वॉशिंग मशीन्स, टेलिव्हिजन, लॅपटॉप आदी वस्तूंचा समावेशही करता येईल.

थोडक्यात, संजीवनी योजना ही इलेक्ट्रॉनिक व इलेक्ट्रिकल वस्तूंना पुरेसे विमा संरक्षण देणारी, वस्तूंना अद्ययावत ठरणारी, जबाबदारी घेणारी आणि रास्त किमतीत सेवा देणारी ग्राहकांसाठी जणू नवसंजीवनीच ठरणार आहे.

अशा प्रकारे अनेक वर्षांच्या माझ्या अनुभवातून आणि कोरोना काळानंतरच्या सखोल चिंतनातून एक परिपूर्ण योजना निर्माण झाली. या योजनेचा पथदर्शी प्रकल्पही यशस्वी झाला आहे. त्यामुळे आता या योजनेचा प्रसार आणि प्रचार मोठ्या प्रमाणावर करून ए-स्टोअर योजना सर्वसामान्य तरुणांना स्वयंरोजगाराची संधी देण्यासाठी व सक्षम करण्यासाठी तयार झाली आहे.

माझ्या गेल्या तीस वर्षांच्या कारकिर्दीचा विचार करत असताना एक महत्त्वाची गोष्ट लक्षात आली. ती म्हणजे भारतातील तरुण मेहनती आहे, जिद्दीने तो संकटाला तोंड देऊ शकतो, आर्थिक प्रगती करू शकतो. फक्त त्याचा आत्मविश्वास जागृत करण्यासाठी त्याला कुणी तरी 'तू लढ, आम्ही तुझ्या पाठीशी आहोत' असे म्हणायची गरज आहे. तरुणांच्या आकांक्षा साकार करण्यासाठी एस्पायर संस्थेची स्थापना झाली आहे. त्यामुळे या आकांक्षा पूर्ण करण्यासाठी आम्ही ए-स्टोअरची स्थापना केली आणि येत्या काही वर्षांत लाखो तरुणांपर्यंत पोहोचण्याची आमची योजना आहे.

भारतातील तरुण व्यवसाय करण्याचा धोका न पत्करता नोकऱ्या का मागतात, याचे उत्तर असे की, त्यांना व्यवसायातील संभाव्य धोक्यांचे गणित मांडून विचारपूर्वक धोका स्वीकारण्याचे प्रशिक्षण कुणीही दिलेले नाही. त्यांना वाटणारी भीती कमी करण्यासाठी आम्ही एक नवी योजना सुरू केली. ती म्हणजे कोणत्याही तरुणाला जर ए-स्टोअर चालवण्यामध्ये रस वाटत असेल तर त्याला आम्ही एक महिना अनुभव घेण्यासाठी आधीच्या ए-स्टोअरवर प्रत्यक्ष काम करत शिकण्याकरता संधी देतो. त्यानंतर त्याला थोडा आत्मविश्वास आला की

शिक्षणसंस्थांतील ए-स्टोअर, किंवा बाजारपेठेतील ए-स्टोअरसारखे एखादे दुकान सुरू करायचे असल्यास त्याला बँकेकडून आर्थिक साहाय्य मिळवून देतो. काही कारणाने ते मिळाले नाही, तर आम्हीच व्यवस्था करण्याचा प्रयत्न करतो. स्थिर ए-स्टोअर चालवायचे नसेल तर ट्रिपल आर ऑक्शन रिक्षा घेण्यासाठी सुचवतो. या ऑक्शन रिक्षाचा वापर करून तो गावात कुठेही जाऊ शकतो. शहरात मोठ्या सोसायट्यांमधील नागरिक जास्त जागरूक असतात, त्यांच्या परवानग्या घेऊन या सोसायट्यांतील अंतर्गत रस्त्यांवर ट्रिपल आर रिक्षांचा वापर ई-कचरा गोळा करण्यासाठी आणि रिफ्युज, रियुज आणि रिसायकलसाठी केला जाऊ शकतो.

फक्त वार्षिक पाच हजार रुपयांत संपूर्ण घरातील सर्व इलेक्ट्रॉनिक वस्तूंचा विमा मिळत असल्याने अनेक जण या योजनेचे सभासद सहज बनतील. या व्यवसायाला चांगला प्रतिसाद मिळेल आणि बेरोजगारी दूर होण्याबरोबरच पर्यावरण रक्षणाचे आणि पर्यायाने शाश्वत विकासाचे सामाजिक कामही होणार आहे. त्यामुळे ए-स्टोअरच्या परिवारात सर्वांनीच सहभागी व्हावे असे माझे आवाहन आहे. चला, आपण सारे मिळून एकत्र येऊ या, तरुण हातांना काम देऊ या, प्रदूषणाच्या समस्येला आळा घालू या, समाज घडवू या, आपला भारत देश उभारू या....!

डॉ.दिनेश डोके, संचालक, इतर मागास बहुजन कल्याण विभाग, आणि
स्वित्झर्लंड कौन्सिलचे सदस्य, आणि
डॉ. पुष्पेंद्र प्रताप सिंग ,एशिया शिर्पिंगचे प्रमुख

आकांक्षांपुढती गगन ठेंगणे..!

या पुढील पंचवीस वर्षे आपल्या देशाच्या भवितव्याच्या दृष्टीने फार महत्त्वाची आहेत. भारत तरुणांचा देश आहे त्यामुळे त्यांच्या बौद्धिक आणि शारिरीक क्षमतांचा वापर करून आपण समर्थ बनले पाहिजे.

'एस्पायर' हे नाव ठेवताना अनेक आकांक्षा मनात होत्या. ज्ञान आणि कौशल्यांच्या क्षेत्रातच आपण कार्यरत राहायचे हे पक्के होते. कोरोनापर्यंतचा माझ्या आयुष्याचा प्रवास पाहिला तर तो एका सरळसोट मार्गाने चालू होता. सर्वांनाच असतात तशा व्यावहारिक अडचणी येत होत्या पण त्यावर मातही केली जात होती. अशा अडचणी प्रत्येकाच्या आयुष्यात असतातच. व्यवसाय म्हटले की त्यात चढउतार असतात. स्पर्धा असते. योग्य वेळी योग्य निर्णय घेण्याची क्षमता निर्माण करणे हेच कोणत्याही यशस्वी उद्योजकाचे प्रथम लक्षण असते.

विद्यार्थिदशेपासून माझ्या व्यवसायात यश मिळवेपर्यंत मी एकीकडे उद्योजकता शिकत होतो तर दुसरीकडे माझ्या आकांक्षा वाढवत नेत होतो. जेटकिंगच्या निमित्ताने एखादा ब्रँड कसा निर्माण करायचा, याचा अनुभव मला मिळाला होता. पुण्यात येणाऱ्या विद्यार्थ्यांना कोणत्या सोयीसुविधा पुरवायच्या, याचे भानही आले होते. हे सर्व काम करत असताना फक्त पैसे मिळवण्याचे साधन म्हणून मी या व्यवसायाकडे पाहत नव्हतो, तर तरुणांना नोकरीसाठी सक्षम करून

त्यांना नोकरी मिळवून देण्यासाठी प्रयत्न करण्याची संधी म्हणून मी याकडे पाहत होतो. माझ्या मते बेरोजगारी हा भारतासमोरील सर्वांत मोठा प्रश्न आहे. हा प्रश्न सोडवला तर आपोआपच अनेक प्रश्न सुटू शकतात.

उदाहरणार्थ, घरातील एका स्त्री किंवा पुरुषाला नोकरी लागते तेव्हा त्या संपूर्ण घरातील आर्थिक समस्या सुटायला मदत होते. घरातील वृद्धांचे आरोग्याचे प्रश्न असतील किंवा लहान मुलांच्या शिक्षणाचे प्रश्न असतील, तर ते आर्थिक स्थैर्य आल्यामुळे कमी होतात. तरुण मुले आर्थिकदृष्ट्या स्वयंपूर्ण बनली तरच ती नव्या संसारासाठी तयार होतात. अन्यथा, त्यांचे लग्नाचे वय वाढत जाते. त्यामुळेही अनेक सामाजिक समस्या निर्माण होतात. बेरोजगार तरुण रिकामे बसले तर त्यांच्या डोक्यात सैतान घर करू शकतो. गुन्हेगारी, व्यसनाधीनतेच्या विळख्यात ही युवाशक्ती अडकू शकते. विकासाऐवजी विनाशाच्या दिशेने देश वाटचाल करतो. म्हणूनच बेरोजगारी हा असा मूलभूत प्रश्न आहे की तो सोडवण्यासाठी सातत्याने प्रयत्न केले पाहिजेत असे मला वाटते.

आपला भारत देश जगातला सर्वांत तरुण देश आहे, परंतु ही परिस्थिती तशीच राहणार नाही. २०५०मध्ये आपल्या देशात सर्वांत जास्त ज्येष्ठ लोक असतील. त्यासाठी आतापासूनच आपल्या तरुण पिढीला सक्षम बनवण्यासाठी प्रयत्न करण्याची गरज आहे. या पुढील पंचवीस वर्षे आपल्या देशाच्या भवितव्याच्या दृष्टीने फारच महत्त्वाची आहेत. त्यामुळे आपल्या तरुण वयाचा फायदा घेऊन बौद्धिक आणि शारीरिक क्षमतांचा वापर करून आपण समर्थ बनले पाहिजे असे मला वाटते. त्या दृष्टीने आपल्याला काय योगदान देता येईल, याचा मी सातत्याने विचार करतो आणि त्याप्रमाणे माझ्या परीने उपक्रम राबवण्याचा प्रयत्न करतो.

काही जणांना वाटते की भारतातील तरुण आळशी आहे. त्याला फक्त गावाबाहेर पानठेल्यावर बसून किंवा चावडीवर एकत्र जमून चकाट्या पिटण्यात रस आहे; पण मला असे वाटते की आपल्या ग्रामीण भागातील बेरोजगारीची समस्या ही लोकांना काम करायचे नाही म्हणून नाहीये. ही समस्या ज्या प्रकारची कामे जगात निर्माण होत आहेत त्या प्रकारची कौशल्ये त्यांच्यात नसल्यामुळे निर्माण झाली आहे. उदाहरणार्थ, आपला देश कृषिप्रधान असल्याने बहुतांश तरुणांना शेतीचे ज्ञान आहे, पण समजा जगात आरोग्यसेवेला प्रचंड मागणी आहे, तर योग्य शिक्षण घेतलेले मनुष्यबळ आपल्याकडे नाही. असे मनुष्यबळ निर्माण करावे

लागेल. त्यासाठी जाणीवपूर्वक प्रयत्न करावे लागतील. याचप्रमाणे प्रत्येक क्षेत्रात जगात कोणत्या सेवेला मागणी आहे त्याप्रमाणे आपल्या तरुण पिढीला कौशल्यांचे प्रशिक्षण देऊन मनुष्यबळाचा पुरवठा करावा लागेल. यासाठी सरकार जे प्रयत्न करते आहे त्यांच्या प्रयत्नांना आपल्या परीने हातभार लावला पाहिजे, शासकीय संस्थांच्या विविध कल्याणकारी योजना सर्वसामान्य स्तरापर्यंत पोहोचवण्यासाठी आपल्या इतक्या वर्षांच्या अनुभवाचा उपयोग केला पाहिजे.

या दृष्टीने मी विविध शासकीय संस्थांच्या भेटीगाठी सुरू केल्या. विशेषतः कौशल्य क्षेत्रात काम करणाऱ्या सर्व संस्था, स्कील इंडिया मिशनसाठी काम करणाऱ्या सेक्टर स्किल कौन्सिल्स आणि नॉशनल स्किल डेव्हलपमेंट कॉर्पोरेशनसारख्या संस्थांबरोबर काम करणाऱ्या संस्थांसोबत काम करायला सुरुवात केली. ज्याला यशही मिळू लागले.

या सर्व अनुभवातून आम्ही एस्पायर नॉलेज आणि स्किल्स प्रा.लि.च्या कामाच्या तीन प्राथमिकता ठरवल्या आहेत.

१. एम्प्लॉयबिलिटी किंवा तरुणांना रोजगारक्षम बनवण्यासाठी प्रयत्न करणे हे सर्वात पहिले व महत्त्वपूर्ण उद्दिष्ट आहे.

२. उद्योजकता किंवा आंत्रप्रेन्युअरशीपचे दुसरे उद्दिष्ट असणार आहे. याचे कारण असे की बेरोजगारीचा प्रश्न फक्त नोकरी देऊन सुटणार नाही तर नोकऱ्या देणाऱ्या उद्योजकांची देशाला गरज असणार आहे. नोकरी मागू नका तर नोकऱ्या देणारे बना हा संदेश घेऊन उद्योजक घडवण्यासाठी प्रयत्न करणे हे दुसरे उद्दिष्ट आहे.

३. तिसरा आणि महत्त्वपूर्ण मुद्दा म्हणजे शाश्वत विकास किंवा सस्टेनबिलिटी! हे उद्दिष्ट फक्त भारताचेच नव्हे तर जगाचे प्राथमिक उद्दिष्ट आहे. कारण पर्यावरणाच्या समस्येमुळे सारे जगच अशा टोकाशी येऊन पोहोचले आहे की जर ही समस्या सोडवली नाही तर पुढच्या पिढीचे अस्तित्व धोक्यात येईल, इतका हा नैसर्गिक हानीचा प्रश्न जीवघेणा बनला आहे.

त्यामुळे रोजगार निर्माण करताना शाश्वत विकास कसा साधता येईल, यासाठी प्रयत्न करणे गरजेचे आहे असे मला वाटते. त्याचप्रमाणे उद्योजकतेचे शिक्षण देतानाही शाश्वत विकासाचे ध्येय कसे समोर ठेवता येईल यासाठीही मी प्रयत्न करतो आहे. मोठ्या उद्योगांनी पर्यावरण रक्षणासाठी यासाठी प्रयत्न केले

पाहिजेत. त्यासाठी शासनाने अनेक नियम केले आहेत पण त्याचबरोबर लहान उद्योगांनी शाश्वत विकासासाठी प्रयत्न केले पाहिजेत. लहान उद्योग यशस्वी होण्यासाठी कौशल्य प्रशिक्षणाची गरज आहे. शिवाय, लहान उद्योजक अशी कामे करू शकतात की ज्यातून बेरोजगारीचा प्रश्नही सुटू शकतो आणि पर्यावरणाचे प्रश्नही सुटू शकतात असे मला वाटते. त्यासाठी ए-स्टोअरसारख्या किंवा ट्रिपल आर रिक्षासारख्या संकल्पनाही तयार करता येतील असे मला वाटते.

या सर्व विचारांतूनच एस्पायरचा त्रिकोण तयार झाला आहे. थोडक्यात हा माझ्या दृष्टीने विकासाच्या आकांक्षांचा त्रिकोण आहे. या त्रिकोणाच्या सर्वात तळाशी आहे शाश्वत विकास (सस्टेनिबिलिटी) व या त्रिकोणाच्या दोन समभुज बाजू आहेत रोजगारक्षमता (एम्प्लॉयबिलिटी) आणि उद्योजकता (आंत्रेप्रेन्युअरशीप). थोडक्यात, रोजगार आणि उद्योगाच्या हातांनी शाश्वत विकासाचा पाया घडवून विकासाची आकांक्षा – एस्पायर टेक्नॉलॉजी नॉलेज अँड स्किल – मनाशी बाळगून कार्यरत आहे.

एस्पायरच्या या त्रिकोणाचे प्रतीक वापरूनच आपण या पुढील काळात आमच्या कामाची दिशा नेमकी कशी राहणार आहे, याबाबत जाणून घेऊ या.

शाश्वत विकास (सस्टेनिबिलिटी)

शाश्वत विकास हा मानवाच्या विकासासाठी निर्माण झालेला एक महत्त्वाचा दृष्टिकोन आहे. हजारो वर्षांतील मानवी विकासाच्या प्रक्रियेत निसर्गाची प्रचंड हानी झाली. विशेषतः औद्योगिक क्रांतीनंतर ही प्रक्रिया प्रचंड वेगाने वाढली. वायुप्रदूषण, ध्वनिप्रदूषण, जलप्रदूषण अशा सर्वच पातळींवर झालेल्या प्रदूषणामुळे निसर्गाची भरून न येणारी हानी होऊ लागली. या संकटांमुळे मानवाचे पृथ्वीवरील अस्तित्वच धोक्यात आले. या संकटावर एकच उपाय आहे – शाश्वत आर्थिक विकास, शाश्वत सामाजिक विकास आणि पर्यावरणाचा समतोल राखणे. हाच शाश्वत विकासाचा दृष्टिकोन आहे. यामध्ये महत्त्वाचे सूत्र आहे ते असे की वर्तमानातील आर्थिक विकास साधत असताना भविष्यातील पिढ्यांचे नुकसान होणार नाही अशा प्रकारे नैसर्गिक साधनसंपत्तीचा वापर करणे म्हणजे शाश्वत विकास.

गेल्या काही वर्षांत जगातील सर्व विकसित राष्ट्रांना हा प्रश्न जाणवतो आहे. भारतात नुकत्याच झालेल्या G20 परिषदेमध्येसुद्धा शाश्वत विकासावर भर

देण्याचा ठराव अग्रक्रमाने संमत करण्यात आला. त्यामुळेच शाश्वत विकास हा आपल्या सर्व आर्थिक धोरणांचा आणि उपक्रमांचा पाया ठरणार आहे.

शाश्वत विकासाची पाच महत्त्वाची तत्त्वे

सर्वप्रथम हे लक्षात घेतले पाहिजे की शाश्वत विकास हा फक्त पर्यावरण रक्षणाचा विचार नाही, तर तो संपूर्ण मानवी जीवनपद्धतीचा विचार आहे. बेजबाबदार औद्योगिक वाढीमुळे निर्माण झालेले हवामानबदलाचे परिणाम सर्वांनाच तीव्रतेने जाणवतात. म्हणून हा विचार पर्यावरण रक्षणाला प्राधान्य देणारा वाटतो व तो तसा आहेही, पण त्याही पलीकडे जाऊन तो मानवी जीवनातील लहान-मोठ्या व्यवहारांबद्दल विचार करणारा आहे. शाश्वत विकासातून जागतिक पातळीवर एक मजबूत, आरोग्यदायी व न्याय्य समाजव्यवस्था निर्माण व्हावी असा तो प्रयत्न आहे. आणि हे शाश्वत विकासाचे धोरण फक्त सरकारची जबाबदारी असणार नाही; तर ते सर्वसामान्यांच्या दैनंदिन जीवनात उतरले पाहिजे. उदाहरणार्थ, आपल्या दैनंदिन जीवनात जवळच्या अंतरासाठी चारचाकी चालवण्याऐवजी मी चालत, सायकलवर जाईन किंवा सार्वजनिक वाहतूक व्यवस्थेचा वापर करेन हे सामान्य नागरिकांनी ठरवणे व त्यांची अंमलबजावणी करणे हे आरोग्यदायी, आर्थिक बचत करणारे तसेच सामाजिक विषमता दूर करणारे आहे. या साध्या कृतींमधून शाश्वत विकासाला सामान्य माणूस हातभार लावू शकतो. पण या साध्या उद्दिष्टांसाठीसुद्धा शासनाने पूरक धोरणे आखायला हवीत. म्हणजे, वाहतूक व्यवस्था सायकल चालवण्यायोग्य हवी, सार्वजनिक वाहतूक व्यवस्था उत्तम हवी तसेच खासगी चारचाकी वाहनांना पर्यावरणपूरक बनवण्याचे कायदे करायला हवेत व त्यासाठी नागरिकांची साथही हवी. यासाठी शासनांनी आणि नागरिकांनी खालील शाश्वत विकासाची तत्त्वे अमलात आणावीत अशी अपेक्षा आहे.

- पहिले तत्त्व : आपल्या पर्यावरणीय मर्यादा ओळखून नैसर्गिक साधनसंपत्तीचा वापर करणे.

- दुसरे तत्त्व : कणखर, आरोग्यदायी आणि न्याय्य समाजव्यवस्था बनवणे.

- तिसरे तत्त्व : शाश्वत अर्थव्यवस्था उभारण्यासाठी सर्व प्रकारे प्रयत्न करणे.

- चौथे तत्त्व : विज्ञान आणि तंत्रज्ञानांतील संशोधनांचा वापर जबाबदारीने करणे.
- पाचवे तत्त्व : शाश्वत विकासास पूरक, जबाबदार व उत्तम शासन व्यवस्था निर्माण करणे.

या पाच तत्त्वांचा वापर करून शाश्वत विकासासाठी प्रयत्न केल्यास सर्वसामान्य नागरिकांचे जीवनमान उंचावेल, इतकेच नव्हे तर ते अधिक आरोग्यदायी होईल. या सर्वांतून मानवाच्या दीर्घकालीन भविष्याची शाश्वती मिळेल. यातूनच शाश्वत विकास साध्य करणे शक्य आहे.

यासाठी शाश्वत विकासाचे मुद्दे विविध क्षेत्रांत कसे राबवले जातात हे पाहिले पाहिजे. उदाहरणार्थ, बांधकाम क्षेत्रात सर्वांत जास्त रोजगार उपलब्ध असतो व सर्वांत जास्त कार्बन फूट प्रिंट या क्षेत्रामुळेच निर्माण होतो. त्यामुळे गृहनिर्माण उद्योग शाश्वत विकासाची तत्त्वे वापरून केला, त्यासाठी पर्यावरणपोषक हरितगृहे बांधली, ऊर्जा, कचरा व पाण्याचे नियोजन करताना स्थानिक संसाधने वापरून कार्बन फूट प्रिंट कमी केला तर शाश्वत विकास साधला जाऊ शकतो.

याच प्रकारे, ज्या क्षेत्रात मी प्रामुख्याने काम करतो त्या इलेक्ट्रॉनिक क्षेत्रात कार्बन फूट प्रिंट कुठे आणि कसा कमी करता येईल, यासाठी मला नक्कीच प्रयत्न करता येतील. आपण पाहिले की इलेक्ट्रॉनिक क्षेत्रात सर्वांत जास्त वापरले जाणारे साधन मोबाईल हे आहे. आणि या साधनांतून निर्माण होणारा ऊर्जेचा वापर प्रचंड आहे. आपण वापरत असलेल्या मोबाईलच्या निर्मितीसाठी वापरली जाणारी खनिज उत्पादने, मोबाईल चार्जिंगसाठी वापरली जाणारी ऊर्जा, आपण करत असणारे फोनकॉल्स, मेसेजेस किंवा सतत पाहत असणारे व्हिडीओज यामधून किती तरी मोठ्या प्रमाणावर ऊर्जा वापरली जाते. या ऊर्जेसाठी म्हणजेच वीजनिर्मितीसाठी प्रचंड नैसर्गिक साधनसंपत्ती वापरली जाते. भारताच्या प्रचंड लोकसंख्येमुळे व भारतीयांच्या मोबाईल वापराच्या अतिरेकामुळे जगातील सर्वांत जास्त ऊर्जा वापरणारा किंवा कार्बन फूट प्रिंट तयार करणारा देश म्हणून भारत दुसऱ्या क्रमांकावर आहे. पहिल्या क्रमांकावर चीन आहे तर तिसऱ्या क्रमांकावर अमेरिका आहे. याचाच अर्थ शाश्वत विकासाच्या क्षेत्रात काम करताना मोबाईलमुळे निर्माण होणारा पर्यावरण ऱ्हास कमी करण्यासाठी प्रयत्न करणे गरजेचे आहे. म्हणूनच एस्पायरच्या कामाचा पाया आम्ही शाश्वत विकास हा ठरवला.

युवाशक्ती : बेरोजगारीची समस्या नव्हे तर ताकद

वर्तमानकाळातील भारत देशाचे सर्वांत मोठे वैशिष्ट्य म्हणजे आपल्या देशात असणारी युवाशक्ती. आपण जगातील सर्वांत तरुण देश आहोत. याचाच अर्थ आपण नीट प्रयत्न केले तर जगासमोरील अनेक समस्या आपण सोडवू शकतो. युवाशक्ती म्हणजे फक्त शारीरिक ताकद नसते तर मानसिक आणि बौद्धिक ताकदही असते. भारतीय शिक्षणपद्धतीमुळे जगात भारतीय विद्यार्थी गणित विषयातील गती असणारा समजला जातो. ज्या युवकांचे गणित, विज्ञान आणि इंग्रजी भाषा चांगली आहे, त्यांना जगातील आघाडीच्या क्षेत्रात काम करण्याची संधी मिळते आहे. त्यामुळेच जगातील अनेक मोठमोठ्या कंपन्यांच्या अधिकारपदावर भारतीय लोक कार्यकारी अधिकारी म्हणून कार्यरत असताना दिसतात. भारतीयांसाठी ही अभिमानाची आणि आनंदाची गोष्ट असली तरी दुसरीकडे लाखो बेरोजगार भारतात नोकरीच्या शोधात हिंडत आहेत हे वास्तव विसरून आपल्याला चालणार नाही. या समस्येवर उपाय शोधणे आणि त्यासाठी जाणीवपूर्वक प्रयत्न करणे महत्त्वाचे आहे.

एस्पायर संस्थेने युवकांना नोकरीक्षम किंवा रोजगारक्षम बनवण्यासाठी सातत्याने प्रयत्न केले आहेत. किंबहुना माझी संपूर्ण कारकीर्द नोकरीक्षमता निर्माण करण्याच्या सेवा व्यवसायातच गेली आहे. आपल्या देशासमोरील बेरोजगारीची समस्या ही भारतात द्यायला कामं उपलब्ध नाहीत म्हणून नाहीये, तर उलट उद्योग व्यवसायांना ज्या प्रकारची कामे करणारी माणसे हवीत तशी कौशल्ये असणारी माणसे उपलब्ध नाहीत हीच ती मूळ समस्या आहे. म्हणूनच एकीकडे बेरोजगारी वाढत चालली आहे अशी ओरड असतानाच उद्योगांना चांगली माणसे मिळत नाहीत म्हणून तक्रारीही ऐकायला येत आहे. उद्योग-व्यवसायांची जगभरातून असणारी कौशल्यपूर्ण मनुष्यबळाची मागणी आणि पदवीधारक होऊनही अपेक्षित कौशल्ये नसणारी बेरोजगार युवापिढी यांची योग्य ती सांगड घालून ही समस्या सोडवायला हवी.

यामुळे भारतात रोजगारक्षमता निर्माण करायची असेल तर कौशल्य विकासाचा कार्यक्रम मोठ्या स्तरावर राबवणे गरजेचे आहे हे निश्चित आहे.

प्रत्येक हाताला काम द्यायचे असेल तर प्रत्येक हातात कौशल्य निर्माण करण्यासाठी प्रयत्न केले पाहिजेत. त्यासाठी जाणीवपूर्वक प्रयत्न कसे करता येतील यासाठी एस्पायरने विचार केला आणि शाश्वत विकासाच्या पायाभूत संकल्पनेवर

रोजगारनिर्मिती क्षमतेची एक बाजू त्रिकोणातील एक महत्त्वाची भुजा म्हणून गणली गेली. एस्पायरने तरुणांना रोजगारक्षम बनवणे हे एक महत्त्वाचे ध्येय मानले.

रोजगारक्षमता किंवा एम्प्लॉयबिलिटी

नोकरीक्षमता किंवा रोजगारक्षमता (Employability) म्हणजे व्यक्तीने स्वतःमध्ये अशी कौशल्ये प्राप्त केली आहेत की ज्यामुळे तो त्याच्या कारकिर्दीत सातत्याने नोकरी करत राहील किंवा त्याला रोजगार मिळत राहील. थोडक्यात, रोजगार मिळवण्याकरता फक्त एकच कौशल्य नव्हे तर अनेक क्षमता प्राप्त कराव्या लागतात. नोकरी मिळवल्यानंतर ती टिकवण्यासाठी काही विशिष्ट क्षमता लागतात, तर भविष्याचा वेध घेऊन आपल्या क्षेत्रात नव्याने येणाऱ्या बदलांना सामोरे जात सतत शिकत राहून स्वतःमधल्या क्षमता किंवा कौशल्ये वाढवत न्यावी लागतात. ज्या युवकांनी अशा रोजगारक्षमता मिळवल्या आहेत, त्यांना नोकरीची चिंता पडत नाही तर अनेकदा ते स्वतःही उद्योग उभारून अन्य लोकांना नोकरी देऊ शकतात.

नोकरी मिळवण्यासाठी विशिष्ट कौशल्यांबरोबरच नोकरीसाठी किंवा काम करण्यासाठी आवश्यक असणारी काही कौशल्ये जाणीवपूर्वक शिकावी लागतात व जोपासावीही लागतात. यातील काही कौशल्ये म्हणजे प्रामाणिकपणा, कामावरची निष्ठा, विश्वासार्हता, लवचीकता, ताणतणावात काम करण्याची क्षमता, संस्थेची कार्यसंस्कृती समजून घेऊन काम करण्याचा उत्साह, इतरांसोबत काम करण्याची संघभावना इत्यादी.

आपण नीट लक्षपूर्वक पाहिले तर यातली फारशी कौशल्ये किंवा क्षमता शाळा, महाविद्यालयात शिकवली जात नाहीत. नोकरी मिळवल्यावर काम करता करता ती शिकावी लागतात. नोकरी लागल्यावर या क्षमता शिकल्या नाहीत तर कितीही कौशल्यपूर्ण व्यक्ती असली तरी त्याला नोकरी गमवावी लागते. कारण एखादे यंत्र चालवण्याचे कौशल्य आत्मसात असले तरी लोकांशी कसे वागावे याचे प्रशिक्षण त्या व्यक्तीला मिळालेले नसते. आणि नेमक्या या त्रुटीमुळेच भारतीय विद्यार्थी परदेशांत गरज असूनही काम करण्यास जाऊ शकत नाहीत. किंवा भारतातील कंपन्यांतसुद्धा काम करू शकत नाहीत. यदाकदाचित कामाला लागलेच तर वागायचे कसे, याचे कौशल्य नसल्याने तेथे फार काळ टिकू शकत नाहीत.

या सर्व विचारांतूनच तरुण विद्यार्थ्यांना पहिल्यापासून नोकरीक्षम बनवण्यासाठी प्रयत्न करण्याची गरज आहे. यातून काही संकल्पना राबवण्यासाठी एस्पायर प्रयत्नशील आहे.

जेटकिंग संस्थेची जंगली महाराज रस्त्यावरील शाखा चालवत असताना आम्ही एकीकडे विद्यार्थ्यांना हार्डवेअरचे कौशल्य शिकवायचो पण त्याचबरोबर सॉफ्ट स्किल्स शिकवण्यावर पण भर द्यायचो. या सॉफ्ट स्किल्स प्रशिक्षणामुळे आमचे विद्यार्थी नोकरीक्षम बनायचे आणि नोकरीसाठी अर्ज केल्यावर निवडप्रक्रियेतील मुलाखतीमध्ये ते चमकायचे आणि सहजपणे त्यांना नोकरी लागायची. स्वाभाविकच नोकरी लागली की अन्य विद्यार्थ्यांमध्ये चर्चा व्हायची आणि ते विद्यार्थी आमच्या प्रशिक्षण केंद्राची माहिती अन्य विद्यार्थ्यांना सांगायचे. अशा प्रकारे लाखो विद्यार्थ्यांना औपचारिक शिक्षण आणि अनौपचारिक कौशल्य प्रशिक्षण देऊन आम्ही नोकरीक्षम बनवण्याचे कौशल्य मिळवले. याच कौशल्याचा वापर करून बेरोजगारीची समस्या सोडवता येईल याचा आम्हांला विश्वास वाटतो.

प्रत्येक विद्यार्थ्याला त्याच्या विषयातील कौशल्ये प्राप्त व्हायला हवीत. यासाठी थेअरीपेक्षा प्रॅक्टिकल म्हणजे प्रत्यक्ष कामावर भर दिला पाहिजे. काम करून प्रत्यक्ष अनुभवातून जे शिकायला मिळते, तितके इतर कोणत्याही प्रशिक्षणातून मिळत नाही. म्हणूनच कामाचा अनुभव देणाऱ्या प्रयोगशाळा उभारल्या पाहिजेत किंवा कारखान्यांनी जाणीवपूर्वक विद्यार्थ्यांना ती संधी दिली पाहिजे.

आपल्या विषयातील कौशल्ये मिळाल्यानंतर आणखी काही जीवनकौशल्ये शिकण्याची गरज आहे. सॉफ्ट स्किल्स ही सहसा लोकांशी वर्तणूक कशी असावी याबाबत असल्याने आपण त्यांना वर्तणूक कौशल्येही म्हणू शकतो. संवाद कौशल्ये, वेळेचे व्यवस्थापन, निर्णयक्षमता, संघ भावना, वाटाघाटी आणि तडजोड कौशल्ये, ताण-तणाव व्यवस्थापन, नातेसंबंध निर्माण करणे, माहितीचे व्यवस्थापन, बदलांचे व्यवस्थापन आणि समस्या निरसन अशी किती तरी कौशल्ये आहेत जी प्रत्येक विद्यार्थ्याकडे असणे गरजेचे आहे. या प्रकारे प्रत्येक विद्यार्थी कौशल्यात निपुण झाला तर मला खात्री आहे की भारतातील प्रत्येक तरुण रोजगारक्षम तर बनेलच पण त्याची कार्यक्षमता काही पटीने वाढल्यामुळे देशाच्या विकासाचा वेगही तितक्याच पटीत वाढेल.

एस्पायरने म्हणूनच प्रत्येक महाविद्यालयात व गावात ए-स्टोअरप्रमाणेच युथ कर्पॅसिटी बिल्डिंग सेंटर्स किंवा युवा क्षमता विकास केंद्रे सुरू करण्याचे ठरवले आहे. यासाठी आम्ही एक प्लॅटफॉर्म पण बनवणार आहोत आणि एक ॲप्लिकेशन पण तयार करणार आहोत.

रोजगारक्षमता विकसित करण्यासाठी तीन पातळ्यांवर काम करावे लागेल. त्यातील पहिला घटक आहे विद्यार्थी, दुसरा घटक आहे शाळा व महाविद्यालये तसेच तिसरा घटक आहे नोकरी देणारे उद्योग व शासकीय किंवा अशासकीय संस्था.

या तीन घटकांचा संयोग साधणाऱ्या युवा क्षमता विकास केंद्रांची स्थापना शाळा व महाविद्यालयातच केली जाईल. इथे सर्व शासकीय व अशासकीय संस्थांच्या विविध योजनांची माहिती विद्यार्थ्यांना दिली जाईल. विशेषतः कौशल्य विकास क्षेत्रात काम करणाऱ्या स्किल इंडिया आणि नॅशनल स्किल डेव्हलपमेंट कॉर्पोरेशनसारख्या राष्ट्रीय स्तरावरील संस्थांची ओळख त्यांना होईल. सध्या शासकीय नोकरी मिळवण्यासाठी स्पर्धा परीक्षांची तयारी करून घेणारी केंद्रे भरपूर निघाली आहेत. या विद्यार्थ्यांनाही कौशल्य प्रशिक्षणाची गरज असतेच. या विद्यार्थ्यांपैकी फार थोडे विद्यार्थी स्पर्धा परीक्षेत उत्तीर्ण होतात. पण याच कालावधीत ते जीवन कौशल्येही शिकले तर त्यांची कौशल्ये अशासकीय खासगी संस्थांमध्ये किंवा उद्योगांमध्ये उपयोगी पडतील.

या केंद्रात नोंदणी करणाऱ्या प्रत्येक विद्यार्थ्याचे कौशल्य पुस्तक किंवा स्कील कार्ड तयार केले जाईल. या कार्डावर विद्यार्थ्यांनी मिळवलेल्या सर्व कौशल्यांची नोंद असेल तसेच कोणत्या नोकरीसाठी कोणती कौशल्ये उपयुक्त आहेत, याची माहितीही त्यावर असेल; त्यामुळे विद्यार्थ्यांना आपल्या आवडीच्या क्षेत्रात, आपल्या कौशल्यानुसार जमेल अशी नोकरी शोधणे सोपे जाईल.

या युवा कौशल्य विकास केंद्रात मोठ्या उद्योगांच्या सहकार्याने त्यांना नेमकी कोणती कौशल्ये हवी आहेत याचे मार्गदर्शन करणारे, उद्योगात काम करणारे तज्ज्ञ बोलावले जातील. त्यामुळे विद्यार्थी आधीच तयारी करतील. व उद्योगांनाही तयार मनुष्यबळ मिळण्याची शक्यता निर्माण होईल.

एस्पायर संस्थेमार्फत युवा क्षमता विकास केंद्रांमार्फत गावोगाव रोजगार मेळावे घेण्याचाही विचार आहे. या मेळाव्यात कंपन्या विद्यार्थ्यांशी समक्ष संपर्क

साधतील आणि त्यांच्या गरजा पूर्ण करणाऱ्या विद्यार्थ्यांना जागेवरच नोकरीची ऑफर लेटर्स देऊ शकतील.

तरुणांमध्ये रोजगारक्षमता निर्माण करण्यासाठी एस्पायर संस्थेचा अनेक मोठ्या उद्योगांबरोबर सहयोग करार झाला आहे. या माध्यमातून पुणे, मुंबई, दिल्ली, बेंगळुरू, चेन्नईसारख्या शहरांत विविध परिषदा भरवल्या जातात आणि संभाव्य उमेदवारांचा आणि उद्योगांचा थेट संपर्क होतो, ज्यातून विचारांचे आदानप्रदान केले जाते. या परिषदांतूनही कौशल्य विकासाची पुढची दिशा ठरवण्याकरता उपयोग होऊ शकतो.

रोजगारक्षमता निर्माण करणे ही एका अर्थाने एस्पायरची सर्वांत महत्त्वाची आकांक्षा आहे. या दृष्टिकोनातून सावित्रीबाई फुले पुणे विद्यापीठाच्या रिसर्च पार्क फाउंडेशन सोबत एस्पायर संस्थेचा सहयोग करार झाला आहे. याच प्रकारे पुण्याचे शासकीय अभियांत्रिकी महाविद्यालय व तंत्रज्ञान विद्यापीठ (COEP), औरंगाबाद येथील बाबासाहेब आंबेडकर तंत्रज्ञान विद्यापीठ (BATU), अलाहाबाद येथील इंडियन इन्स्टिट्यूट ऑफ इन्फरमेशन टेक्नॉलॉजी विद्यापीठ, (IIIT), बेंगळुरूची विश्वेश्वरय्या टेक्नॉलॉजी युनिव्हर्सिटी (VTU) अशा नामवंत संस्थांसोबत करार करून एस्पायरने आपल्या पुढील कामाची दिशा ठरवली आहे.

उद्योजकता (आंत्रप्रेन्युअरशीप)

एस्पायर संस्थेच्या कामाचा पाया या देशाचा शाश्वत विकास असला तरी ते प्रत्यक्षात आणण्यासाठी जे दोन बाहू किंवा भुजा लागणार आहेत, त्यांपैकी एक आहे रोजगारक्षमता निर्माण करणे तर दुसरी आहे उद्योजकता निर्माण करणे. या दोन्ही गोष्टी भारतीय युवकांमध्ये निर्माण करण्यासाठी एस्पायर प्रयत्नशील आहे व हीच आमची आकांक्षा आहे.

भारतीयांमध्ये उद्योजकीय मानसिकता कमी आहे याची अनेक सामाजिक व सांस्कृतिक कारणे आहेत. हजारो वर्षे चालत आलेल्या भारतीय संस्कृतीप्रमाणे वैश्य समाजाने व्यापार आणि उद्योगात काम करण्याची परंपरागत रचना असल्याने पिढीजात चालत आलेल्या उद्योगात अथवा व्यवसायात ठराविक कुटुंबेच आघाडीवर दिसतात. परंपरेने त्यांच्यामध्ये व्यावसायिक व औद्योगिक कौशल्येही विकसित झालेली दिसतात. अर्थात, व्यावसायिक परंपरा असणाऱ्या

कुटुंबातील तरुणांनाही काळानुरूप आधुनिक व्यावसायिक कौशल्ये प्रशिक्षणातून मिळवावीच लागतात.

गेल्या काही वर्षांत पारंपरिक उद्योग-व्यवसायांनाही नव्या तंत्रज्ञानाचा वापर करून बदलावे लागले आहे. त्यामुळे एका पातळीवर नव्या पिढीतील व्यावसायिक आणि पारंपरिक व्यावसायिक यांच्यामध्ये फार फरक राहिलेला नाही. किंबहुना ज्या व्यावसायिकांनी आपला उद्योग काळानुरूप बदलला नाही, ते व्यावसायिक स्पर्धेत मागे पडलेले दिसतात. त्यामुळे सध्याच्या डिजिटल आधुनिक युगात प्रत्येकालाच उद्योजकीय मानसिकता घडवणे क्रमप्राप्त ठरले आहे.

नोकऱ्या मागणारे बनू नका तर नोकऱ्या देणारे बना! हा संदेश तरुणांना का दिला जातो, याचे कारण नोकरीची मानसिकता ही एका पातळीवर गुलामीची मानसिकता आहे. ठरावीक पगाराच्या रकमेत तुम्ही सांगाल ते काम करतो, असे मानणारी मानसिकता नवीन काहीही निर्माण करू शकत नाही. बहुसंख्य लोकांची मानसिकता अशी अल्पसंतुष्ट असेल तर हा समाज नवनिर्मिती करू शकत नाही. भारताची तरुण पिढी लक्षात घेता नवनिर्मितीला व उद्योजकतेला प्रोत्साहन देण्याची गरज आहे हे लक्षात घेऊनच अनेक विद्यापीठांमध्ये इनक्युबेशन सेंटर्स उभारण्यात आली आहेत. या इनक्युबेशन सेंटर्समध्ये तरुणांना उद्योजकीय कल्पना विकसित करण्यासाठी मार्गदर्शन केले जाते, तसेच त्यांच्या नवनव्या संकल्पनांना प्रत्यक्ष बाजारपेठ मिळवून देऊन व्यवसाय कसा उभारायचा, याचे प्रशिक्षणही दिले जाते.

विद्यार्थी जेव्हा एखाद्या विद्याशाखेत शिकत असतो तेव्हा तो प्रामुख्याने नोकरी कशी मिळेल, याचाच विचार करत असतो. पण आता विद्यापीठात प्रत्येक विद्याशाखेत उद्योग व व्यवसायाच्या संधीही कशा, किती आणि कुठे आहेत याचे प्रशिक्षण दिले जाते. उदाहरणार्थ, पूर्वी भाषेचा अभ्यास करणारा विद्यार्थी जर भाषेतील तज्ज्ञ बनून फक्त प्राध्यापकाची नोकरी मिळवण्याची स्वप्न पाहत असेल तर आता उद्योजकीय मानसिकता असणारा विद्यार्थी भाषांतराची सेवा देणारी लँग्वेज सर्व्हिस प्रोव्हायडर कंपनी काढून जागतिक पातळीवर उद्योग उभारण्याचे स्वप्नही पाहू शकेल. या प्रकारे प्रत्येक विद्याशाखेतील शिक्षणातून नव्या संकल्पनांवर संशोधन होऊ शकते व त्यातून नवे उद्योगही उभारले जाऊ शकतात. त्यासाठी फक्त विद्यार्थ्यांचा दृष्टिकोन बदलला पाहिजे.

यासाठीच एस्पायर आपल्या युवा क्षमता विकास केंद्रांमधून विद्यार्थ्यांमध्ये उद्योजकीय मानसिकता घडवण्याकरता पद्धतशीर प्रयत्न करते आहे.

भारतातील प्रत्येक विद्यार्थ्याची आकांक्षापूर्ती करण्याची आकांक्षा ठेवून एस्पायर नॉलेज अँड स्किल्स कार्यरत आहे. विद्यार्थ्यांची संख्या आणि प्रशिक्षणाचा दर्जा यांचा समतोल साधण्यासाठी अतिशय पद्धतशीरपणे काम केले तरच हे कार्य सिद्धीस जाणारे आहे. यासाठी सर्व स्तरांतून सहयोगाची अपेक्षा आहे. त्यासाठी एस्पायर नेमके काय काम करते, ते समजून घेणे गरजेचे आहे.

सर्वप्रथम एस्पायर भारतातील विद्यापीठांशी, महाविद्यालयांशी संपर्क साधून एस्पायर कंपनीची व विविध योजनांची माहिती देते. त्यानंतर त्यांच्याबरोबर सामंजस्य करार करून शाळा किंवा महाविद्यालयात एस्पायर युवा क्षमता विकास केंद्राची स्थापना करते. या केंद्रामार्फत विद्यार्थी आणि प्राध्यापक व शिक्षकांना प्रशिक्षण दिले जाते. त्यानंतर जे विद्यार्थी उद्योजकतेच्या प्रशिक्षणात रस घेतात, त्यांची वेगळी तुकडी केली जाते तर जे विद्यार्थी नोकरीक्षम बनू इच्छितात त्यांच्यासाठी वेगळी तुकडी असते. या विद्यार्थ्यांची नावनोंदणी झाल्यावर तीस विद्यार्थ्यांची एक तुकडी याप्रमाणे वर्गीकरण होते. याचे नियोजन व संघटनासाठी या केंद्रावर एस्पायर संस्थेतर्फे कौशल्य-मित्राची नेमणूक केली जाते. हा कौशल्य-मित्र विद्यार्थ्यांना त्यांच्या कौशल्यांची जाणीव करून देतो व त्यांनी आणखी कोणती कौशल्ये शिकली पाहिजेत, याबद्दल माहिती देतो. त्यानंतर तो वेगवेगळ्या तुकड्या तयार करून त्यानुसार तज्ज्ञांशी संपर्क साधून त्यांच्या व्याख्यानांचे नियोजन करतो.

एस्पायर आणि विविध उद्योगांचे सहयोग करार आहेत. त्यांच्याशी संपर्क साधून इंटर्नशीपसाठी विद्यार्थ्यांना मदत केली जाते. विद्यार्थ्यांच्या क्षमतेनुसार त्यांच्या इंटर्नशीप किंवा अॅप्रेंटिसशीपसाठी प्रयत्न करणे हे कौशल्य-मित्राचे प्रमुख काम असते.

उद्यमशीलतेची स्वतंत्र तुकडी तयार झाल्यानंतर उद्योजकताविषयक प्रशिक्षण विद्यार्थ्यांना देण्यात येते. यामध्ये विद्यार्थ्यांच्या व्यवसाय व उद्योगाच्या संकल्पना स्पष्ट केल्या जातात. बाजारपेठ कशी ओळखायची, जोखीम कशी घ्यायची, लेखा-जोखा/हिशोब कसा ठेवायचा, मनुष्यबळाचा वापर कसा करायचा, आर्थिक शिस्त कशी पाळायची आदी प्राथमिक गोष्टी शिकवल्या जातात. त्यानंतर निवडक संकल्पनांची विद्यापीठांच्या इनक्युबेशन सेंटरमध्ये नोंदणी करण्यासाठी

मार्गदर्शन केले जाते. उद्योगांशी असणाऱ्या संपर्कातून तिथल्या तज्ज्ञांचे ऑनलाईन किंवा समक्ष मार्गदर्शन मिळेल यासाठी प्रयत्न केले जातात. या प्रकारे उद्योजकीय मानसिकता घडवली जाते व नोकरी देणारे बनवण्यासाठी प्रयत्न केले जातात.

हे सर्व करत असताना सर्वसामान्य विद्यार्थ्यांची भांडवल उभारणीची क्षमता लक्षात घेत नॅनो आंत्रप्रेन्युअर किंवा लघु उद्योजक कसे तयार करता येतील, यावर भर देण्यात आला आहे. बेरोजगारी दूर करायची असेल तर लघु उद्योगांवर भर देऊन स्वयंरोजगारांना प्रोत्साहन देणे हेच आजच्या काळात सयुक्तिक ठरणार आहे. विशेषतः सध्याच्या गिग इकॉनॉमीच्या युगात लहान उद्योजकांना प्रोत्साहन देणेच गरजेचे आहे.

गेल्या काही वर्षांत आपण पाहिले तर समाजात घडलेल्या डिजिटल क्रांतीमुळे अनेक डिजिटल प्लॅटफॉर्म तयार झाले. या प्लॅटफॉर्मचा वापर करून प्रामुख्याने उद्योग चालवले जातात. हे प्लॅटफॉर्म आणि ॲप्लिकेशन्स चालवणे तांत्रिकदृष्ट्या खूप खर्चिक आहे. त्यामुळे एका क्षेत्रातले अनेक लहान उद्योजक अशा प्लॅटफॉर्मचा घटक असतात व ते नोकरी न करता आपली कौशल्ये व या प्लॅटफॉर्ममार्फत केल्या जाणाऱ्या मार्केटिंगचा वापर करून व्यवसाय करतात. उदाहरणार्थ, स्विगी व झोमॅटोसारख्या डिलिव्हरी सेवा देणाऱ्या अनेक लहान क्लाउड किचन्स ॲप्लिकेशन्सचा वापर करून चांगला व्यवसाय करतात. स्वयंपाकाचे कौशल्य व घरातले किचन हेच त्यांचे भांडवल असते. ओला किंवा उबरसारख्या प्लॅटफॉर्ममुळे लाखो ड्रायव्हर्स स्वतःची गाडी घेऊन दोन्ही प्लॅटफॉर्म्सचा वापर करत व्यवसाय करतात आणि सतत व्यस्त राहतात. अनेक जण खूप चांगले उत्पन्न मिळवतात. याच प्रकारे, सुतारकाम करणारे कारागीर, प्लंबर्स, गवंडी, शिलाई करणारे टेलर्स विविध प्लॅटफॉर्म वापरतात आणि हवा तेव्हा, हवा तसा व्यवसाय करतात. अशा प्रकारे व्यक्तिगत कौशल्यांवर आधारित जी अर्थव्यवस्था उभी राहिली आहे, तिला गिग अर्थव्यवस्था असे म्हटले आहे.

या अर्थव्यवस्थेची आता तर कुठे सुरुवात आहे. या पुढील काळात प्रत्येकालाच गिग अर्थव्यवस्थेचा भाग बनावे लागणार आहे. यापुढे कुणी कायमस्वरूपी जबाबदारी घेऊन नव्या नोकऱ्या देणार नाही, तर विद्यार्थ्यांना आपल्याला येणारी कौशल्ये बाजारात विविध प्लॅटफॉर्मवर उपलब्ध करून देऊन रोज वेगळ्या ग्राहकाबरोबर काम करावे लागणार आहे.

या दृष्टिकोनातून एस्पायरच्या युवा क्षमता विकास केंद्रात प्रामुख्याने करियर गायडन्स केले जाते. नव्या युगातील कोणती कौशल्ये शिकली पाहिजेत याचे मार्गदर्शन सातत्याने केले जाते. दर शनिवारी ऑनलाईन 'आय लिड टॉक शो' आयोजित केला जातो. तसेच एस्पायरचा पॉडकास्ट व युट्यूब चॅनेल सुरू करायचाही विचार आहे.

उद्योजकीय मानसिकता घडवण्यासाठी बिझनेस अवेरनेस स्किल एनहान्समेंट (BASE) हा उपक्रम एस्पायरने सुरू केला आहे. ज्यामध्ये विद्यार्थ्यांमध्ये उद्योजकीय मानसिकता घडवण्यासाठीच प्रयत्न केला जातो. एस्पायरची व्हर्च्युअल करियर लॅबही लवकरच तयार होईल, ज्याद्वारे एस्पायर संस्था लाखो विद्यार्थ्यांपर्यंत पोहोचण्याचा प्रयत्न करेल.

या प्रकारे एस्पायर नॉलेज अँड स्किल्सची पुढील वाटचाल असणार आहे. नव्वदच्या दशकात सुरू झालेला माझा प्रवास आज या टप्प्यावर आला आहे की ज्या वेळी सरकारी पातळीवरही कौशल्य प्रशिक्षणाला सर्वांत जास्त महत्त्व दिले जात आहे. भारतातील नवी पिढी घडवण्याकरता खूप प्रयत्न करण्याची गरज आहे याची जाणीव शासन, सामाजिक व राजकीय संस्था, शैक्षणिक आणि औद्योगिक संस्थांना झाली आहे. भारतातील गेल्या दशकातील आर्थिक प्रगतीमुळे इथले शिक्षक, पालक आणि विद्यार्थी नव्या दृष्टिकोनातून बघू लागले आहेत. भारतात मोठ्या प्रमाणावर होत असलेल्या आर्थिक गुंतवणुकीमुळे नव्या उद्योगांना, तंत्रज्ञानाला व अनेक कौशल्यांना मोठी संधी निर्माण झाली आहे. या संधीचा फायदा आपण कसा घेतो, त्यावर आपल्या स्वतःचे आणि भारताचे भवितव्य ठरणार आहे. शेकडो वर्षांच्या गुलामीनंतर भारताने संघर्ष करून स्वातंत्र्य मिळवले. त्यानंतर आलेल्या नया दौरमध्ये देशाच्या विकासाचा पाया रचला. त्यानंतर अनेक सामाजिक, राजकीय आणि सांस्कृतिक स्थित्यंतरांतून जाऊन आज भारताच्या विकासाला अनुकूल अशी परिस्थिती निर्माण झाली आहे. उत्साहाने आणि उमेदीने आपल्या युवाशक्तीला योग्य मार्गदर्शन करून त्यांना सक्षम आणि उद्यमशील बनवणे हे कर्तव्य समजून भारताला सुजलाम् आणि सुफलाम् बनवण्याचे स्वप्न पाहणे हीच माझी आकांक्षा आहे...!

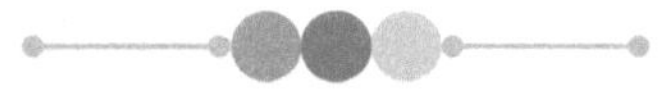

श्री. प्रशांत होटा, अध्यक्ष, सीएसआर (एज्युकेशन अँड सस्टेनेबिलिटी), जिंदाल स्टील अँड पॉवर; प्रमुख, कॉर्पोरेट कम्युनिकेशन, ओडिशा

श्री. मोहन राजू, व्हीपी अँड बिझनेस हेड, स्मार्ट मोबिलिटी रिलायन्स जिओ

श्री. मंगलप्रभात लोढा, कौशल्य-विकास आणि उद्योजकता मंत्री, महाराष्ट्र राज्य

डॉ. अमरेन्द्र बेहरा, संचालक, एनसीईआरटी

Testimonials

Sanjay Gandhi is a visionary leader in skill development, with a focus on hardware and telecommunications. His mission is to empower young people by equipping them with the skills necessary for self-reliance. His passion for this cause is truly remarkable, making a lasting impact on the future of many. Through his Astore initiative, Sanjay offers youth invaluable hands-on experience, enabling them to develop practical skills and real-world knowledge that boost both employability and confidence. This initiative is outstanding, and I fully endorse it.

– Padmashree Dr. Milind Kamble
Founder Chairman, DICCI, Chairman, BoG, IIM Jammu

Dr Sanjay Gandhi an Inspirational Iconic Youth Role Model I have known Dr Sanjay Gandhi for the past 2 decades. Initially my introduction to him was Jetking Franchise Partner. He was doing a great job of Up skilling the Youth. Subsequently he changed his orbit and scaled up substantially. He has built a brand Aspire Skills with lot of hard work and passion. Skilling is Nation Building in my opinion and hence I consider him as a Nation Builder. I wish him all the best for his future plans.

– Dr. Deepak Shikarpur
IT Evangelist and Author of 58 books on Digital Technologies

We all almost spend 25% of our life in our profession, vocation. Success of the same depends on various life and vocational skills we acquire. Yet a large segment if our society is without proper vocational skills . Hence imparting skills to such deprived is a noble profession indeed. Sanjay Gandhi accepted this as his life mission which he very successfully accomplished. He really is a skill guru of India.

- Dr. Anant Sardehmukh
Member of Boards, MCCIA

प्रिय डॉ.संजय गांधी, आपने आकांक्षा, नव्या युगाची यह मराठी किताब शाश्वत विकास और उद्यमिता पर लिखी हुई है यह पढकर मुझे बहोत आनंद हुआ .वैश्विक तापमान वृद्धि और जल वायु परिवर्तन, व्यक्ति केंद्रित पूंजीवादी अर्थ व्यवस्था,एवं संभव्य नकली बुद्धिमता artificial intelligence ये तीनो मानव निर्मित भस्मासूर हमे और सजीव सृष्टि को विनाश के तरफ ले जा रहे है । इन को रोकना प्राधान्य क्रम से हमारा सभी मानव जाती का मुख्य उद्देश्य एवम कार्यक्रम होना अत्यावश्यक है। इस के लिए आपस के सभी नीतिगत राजनीतिक धार्मिक पांथिक जातीय वैचारिक दार्शनिक मतभेद बाजू में रखकर, सभी रचनात्मक सर्जन शील अहिंसक संवैधानिक अध्यात्मिक कार्य करने वाले कार्यकर्ताओं ने आपसी मतभेदों के उप्पर आकार, इस सभी अत्यंत गंभीर मानव निर्मित समस्याओं का स्थायी पारदर्शक सही रचनात्मक सर्जन शील अहिंसक संवैधानिक अध्यात्मिक समाधान देने के लिए एक सर्व समावेशक कृति कार्यक्रम निश्चित करना और कोई देर न करते हुए अत्यावश्यक है। जिसमे सामूहिक नेतृत्व और सामूहिक जन आन्दोलन होगा। सभी सरकारों ने और समाजिक धार्मिक संगठनों ने वैश्विक बंधनों को त्यागकर इस एकत्रित प्रयास में जुड़ना होगा। अगर ऐसा नहीं हुआ तो निकट भविष्य में हमारा मानव का और सजीव सृष्टि का विनाश अवश्यंभावी है।

धन्यवाद।

- पद्म श्री डॉ. सुभाष पालेकर

भि.रा.इदाते (दादा) B.Sc., B.Ed., D.Pharm.
(पद्मश्री पुरस्कार, भारत सरकार२०२३)

जा.क्र.- दिनांक-

'नविन तंत्रज्ञान, युवाशक्ती व शाश्वत विकास'

- सदस्य- निती आयोग उपसमिती भारत सरकार

- माजी अध्यक्ष- DNT Commission Govt.Of India

- माजी अध्यक्ष-भ.वि.विकास व कल्याण बोर्ड, भारत सरकार

- माजी अध्यक्ष-विमुक्त जाती भटक्या जमाती अभ्यास व संशोधन समिती महा.राज्य

- अध्यक्ष-सावरकर दर्शन प्रतिष्ठान, मुंबई

- अध्यक्ष-प्रेमजीभाई आसर स्मृती न्यास, चिपळूण

- संस्थापक अध्यक्ष-श्रीराम संस्कार केंद्र, टेटवली

- संस्थापक अध्यक्ष-विमुक्त घुमंतु जनजाती विकास परिषद(अ.भा.)

- संस्थापक अध्यक्ष- DNT Foundation, नवी दिल्ली

- संस्थापक अध्यक्ष-भटके विमुक्त विकास परिषद, महाराष्ट्र

- संचालक- International Leprsoy Union, Pune

- संस्थापक अध्यक्ष-सावित्रीबाई फुले शिक्षण प्रसारक मंडळ, जालगांव ता.दापोली जि.रत्नागिरी ४१५ ७१२

डॉ. संजय गांधी यांचा अनेक वर्ष परिचय आहे. त्यांनी 'आकांक्षा नव्या युगाची' हे पुस्तक लिहीले आहे. अनेक वर्ष सतत प्रयत्न, धडपड व प्रयोग करीत असताना या देशाचा शाश्वत विकास कसा होईल याचा गंभीरपणे विचार करून ते विविध प्रयोग करीत राहीले. मोबाईलमुळे आधुनिक डिजिटल युगात इंडस्ट्रीने कसे बदलले पाहिजे याचे चित्र त्यांनी या पुस्तकातून मांडले आहे. ते अत्यंत मार्गदर्शक आहे. भारताचे पंतप्रधान श्री.नरेंद्रजी मोदी यांनी 5G मोबाईल सेवेचे लाँचिंग केले. त्या निमित्ताने भरवलेल्या प्रदर्शनात त्यांनी एस्पायर नॉलेज अँण्ड स्किल्स प्रा.लि. मार्फत ए-स्टोअर (Action Store) ही कल्पना सर्वांसमोर मांडली. त्यांनी सतत नविन तंत्रज्ञान, उद्योजगता आणि विद्यार्थ्यांमधील रोजगार संधी वाढावी या दृष्टीने ही संकल्पना मांडली. ए-स्टोअर च्या निमित्ताने दोन संकल्पना पुढे ठेवल्या. १. मोबाईल रिपेअर स्टोअरच्या निमित्ताने नॅनो आंत्रप्रेन्युअर्स गावागावात उभे करता येतील २. शाश्वत विकासासाठी रिपेअरींग हा एक महत्वाचा मुद्दा ठरेल. त्यांनी जी राईट टु रिपेअर ची कल्पना मांडली त्याबद्दलही देशभर खूप चर्चा झाली. तरुणांपुढे नवतंत्रज्ञान व त्याचा वापर यातूनच शाश्वत विकास हा होऊ शकतो आणि त्यासाठी राईट टू रिपेअर आणि ई-कचरा व्यवस्थापन हे मुद्दे घेवूनच पुढील काळात तरुणांना आपल्या पायावर उभे करावे लागेल.

त्यांनी सतत राईट टु रिपेअर आणि सस्टेनेबिलीटी या दोन समस्या सतत मांडल्या व शिक्षण क्षेत्रामध्ये रोजगार वाढीसाठी सतत प्रयत्न केले. त्यांनी आपल्या कामाची त्रिसुत्री १.रोजगार निर्मिती २. उद्योजगता विकास ३. शाश्वत विकास अशी केली आहे. त्यासाठीच त्यांनी एस्पायर नॉलेज अँण्ड स्किल्स प्रा.लि. ची स्थापना केली. त्यांनी हा विषय या पुस्तकाच्या माध्यमातून देशापुढे ठेवला आहे. त्यातून या देशाच्या जी.डी.पी. चा ही विचार केलेला आहे. या सर्वांतून त्यांची देश, समाज, युवा, आर्थिक संपन्नता यासाठी भगिरथ प्रयत्न केले आहेत. त्यांच्या भावी वाटचालीला हार्दिक शुभेच्छा !

आपला,

दादा इदाते
दि.१५/१०/२०२४

पत्ता- रामगोपाळ सदन, आनंद नगर (लष्करवाडी), जालगांव
ता.दापोली, जि.रत्नागिरी, ४१५ ७१२
मोबा. ९९३०९०४०७० / ९५०३७९१९४९ ई-मेल- dadaidate8@gmail.com

Sanjay Gandhi is a die hard entrepreneur with ahand on the pulse of the youth and Environment. His belief in entrepreneurship and sustenable livelihood and his sustained hard work to make it happen is infectious. He has achieved a lot in hus chosen field and has become a shining beacon for others to emulate. I wish him all the best is his endeavours.

- Lt Gen Dr S P (Sunil) Kochhar

Director General, Cellular Operators Association of India - COAI, Indian Institute of Technology, Delhi

---

Sanjay Gandhi is a pioneering skill development figure specializing in hardware and telecommunications. His visionary approach empowers young people with practical skills essential for self-reliance and success in today's competitive landscape. Through his groundbreaking Astore initiative, Sanjay offers invaluable hands-on training, effectively bridging the gap between education and employability. His passion for transforming lives is evident in the confidence and real-world expertise he instills in the youth.

I wholeheartedly endorse his exceptional work and its lasting impact on the future of many. Sanjay is a fantastic and noble individual and a leader distinguished by his visionary qualities. He is highly application-oriented and consistently meets proposals, products, and services deadlines. His enthusiasm serves as a crucial mantra for success. The skill training and internship opportunities provided to students and youth under his ASPIRE umbrella will undoubtedly pave the way for their future achievements.

- Prof S.K.Shukla

Professor HAG, FRSC (UK), MECH ENGG IIT(BHU),Varanasi and Former Pro VC Ranchi University

Congratulations, Sanjay, on your remarkable journey in skills development!

Your tireless efforts in empowering over 6 lakh individuals through demand-driven training in telecom, manufacturing, and solar energy are truly inspiring. Your self-driven passion and commitment to excellence have transformed countless lives.

As you now focus on India's 2047 goals, your emphasis on Sustainability and Circular Economy through your A store initiative is visionary. Your dedication to creating a better future for our nation is commendable.

I wish you the very best of luck on your continued journey, and I have no doubt that your impact will only continue to grow. May your endeavors inspire others to strive for a sustainable and prosperous India.

Best wishes,

- Inderjeet Singh Gahlaut
Independent Consultant, Skills Development

When the skilled and competent youth is being considered as the treasure of wealth in our country, ever than before, I am privileged to heartily revere my friend- Dr. Sanjay Gandhi, as a visionary individual who started the skill education in the domain of Electronics and radio hardware, a way ahead of time. It is being realized that Entrepreneurship is a rewarding career track for the generation-next, to be pursued by passionate individuals and such juncture boldly underlines the role of exemplary leaders like Dr. Sanjay in nurturing Innovation, Entrepreneurship and Leadership among youth in our society towards an in-built employability. Personalities like Dr.

Sanjay are torch bearers for our society in spreading the message that 'Job giving must be regarded higher than job seeking'. Through his earlier initiative 'Jetking' and now with his 'Astore', he is persistently engaging himself in a great social work of skilling the youth in the most contemporary and time-relevant domains of Technology. The book: "Akanksha Navya Yugachi" which in general can be considered as a bio-sketch of Dr. Sanjay, I am more than certain, will prove a great source of inspiration for others to follow.

- Prof. Mukul S. Sutaone

Director-IIIT, Allahabad, Praygagraj-U.P.

संजय गांधी हे एक बहुआयामी व्यक्तिमत्व आणि लेखक आहेत. नवीन शिक्षण धोरणात शाश्वत विकासासाठी कौशल्य विकास हि संकल्पना मध्यवर्ती आहे. बेरोजगारी ही सध्या देशाला भेडसावणारी प्रमुख समस्या आहे. त्यावर मात करण्यासाठी त्यांनी "A -store" ही नावीन्यपूर्ण कल्पना मांडली आणि त्याद्वारे हजारो युवकांना मार्गदर्शन करून मानानं आपल्या पायावर उभे केले आहे. ह्या व अशा अनेक नवकल्पनांचा प्रसार करण्यासाठी त्यांनी ह्या पुस्तकांची कल्पना प्रत्यक्षात आणली आहे. विशेष म्हणजे गोरेगांव सारख्या छोट्या गावातून येऊन सुद्धा शाश्वत संस्कार, देशहिताची कळकळ आणि तंत्रज्ञान आणि व्यवस्थापनाचा अचूक उपयोग याच्या जोरावर त्यांनी हे मानाचे पान मिळवले आहे.भविष्य काळातही "उद्योग- ५" च्या पर्वातही त्यांना अशाच नाविन्यपूर्ण कल्पना सुचव्यात आणि "आत्मनिर्भर भारत" या ध्येयाकडे त्यांची यशस्वी वाटचाल व्हावी यासाठी लक्ष लक्ष शुभेच्छा.

- Dr. Arvind Natu

BoG Chairperson of IISER Kolkata

To fully develop, students need KASH: Knowledge, Attitudes, Skills and Habits. AI is making knowledge available to all, so our education needs to refocus on Attitudes, Skills and Habits. Sanjay is a true pioneer is this area and is contributing to a better life for students and a better India overall.

- Miriam Lodge,
Co-Creator, SuperHabits.com Program

Sanjay is a dynamic and influential leader whose unwavering dedication to sustainability speaks volumes. He consistently transcends expectations, demonstrating a rare ability to turn vision into action. In a world fraught with challenges, his talent for uniting people and resources with genuine intent for societal and environmental betterment is exceptional. Sanjay's forward-thinking approach, especially in knowledge dissemination, ensures his work remains cutting-edge and impactful. His passion and integrity make him not only an invaluable partner but also a true catalyst for positive change.

– Pooja Shukla
CEO and Founde, COSMOS Global Alliance
CEO and Founder, LA VIDA Training, Singapore

माझा बालपणीचा मित्र डॉ. संजय गांधी यांनी *आकांक्षा नव्या युगाची* हे पुस्तक लिहिले याचा मला खूप आनंद झाला. लहानपणापासून मी त्याला पाहातो आहे. तो अतिशय महत्त्वाकांक्षी आणि जिद्दीने व्यवसाय करणारा उद्योजक आहे. महाविद्यालयीन शिक्षणानंतर त्याने पुण्यात राहून शिक्षण क्षेत्रात काम करायचे ठरवले आणि सातत्य आणि चिकाटीने त्याने स्वतःचा ब्रँड तयार केला. त्याच्या

सर्व उपक्रमात जमेल तेव्हा मी आवर्जून सहभागी होतो. आपल्या हसतमुख स्वभावाने आणि प्रसन्न व्यक्तिमत्त्वाने समोरच्या व्यक्तीशी मैत्री करण्याची सहज कला त्याला लाभली आहे. मला खात्री आहे की त्याच्या या आत्मकथन पर पुस्तकातून नव्या पिढीला खूप शिकायला मिळेल.

– **पद्म श्री मनोज जोशी,**
सुप्रसिद्ध अभिनेता

With the mature approach of Indian Start-up Eco System, Innovation and Entrepreneurship have emerged as attractive careers for youth to leverage the aspirations, creativity and enthusiasm.

ASTORE at SPPU-RPF is a vibrant example of combining new age skills with entrepreneurship.

- Dr. Arvind Shaligram
CEO, SPPU Research Park Foundation,

India has a unique demographic advantage, with over 60% of the population falling within the young age group. India is at cross roads as on now being a skill-deficit country. As per current statistics, only 10% of the fresh graduates are employable and rest of the 90% lack skills required for eligible to be hired for jobs. If we fail to address this huge skill gap in an urgent manner, our demographic dividend will turn into demographic disaster, posing the risk of social unrest in the country. Under this backdrop, Mr. Sanjay Gandhi is doing outstanding services for the country, by imparting skills to youth, to make them productive and employable. His main area being hardware and telecommunication to empower the youth with requisite skills. In this era of rapid transformation because of AI and its enabled services, his contribution to national cause is praise worthy. Mr. Gandhi is, in a way, instilling hope in the youth to dive in and discover this alchemy of personal transformation. To scale up this transformation in rapidly changing scenario, we not only require skilling and also reskilling at a pace to stand up and face the world. We need many more Gandhis to steer this program of skilling in the country, to fill up this widening gap between skilled and unskilled man power. I wish him a grand success in his future endeavors to continue this noble work which is much more needed now.

– SitaRam Gupta

Director, Samridh Bharat Abhiyan

श्री यशोवर्धन क. बारामतीकर
कार्यकारी संचालक,
श्री क्षेत्र सिद्धगिरी मठ, कणेरी, कोल्हापुर

- संयुक्त मुख्य कार्यकारी अधिकारी, खादी ग्रामोद्योग आयोग, सुक्ष्म, लघु, मध्यम मंत्रालय भारत सरकार.
- माजी सचिव, गांधी तत्व प्रचार केंद्र, महात्मा गांधी वाचनालय कोल्हापुर.
- माजी सेक्रेटरी, विज्ञान प्रबोधनी कोल्हापुर.
- माजी संचालक, मेकर्स अॅकेडमी, स्पर्धात्मक परीक्षा केंद्र, कोल्हापुर.
- माजी प्राध्यापक मार्केटिंग विभाग वारणा महाविद्यालय, वारणा नगर, कोल्हापुर.
- माजी प्राध्यापक कम्युनिकेशन स्कील आयणी इंडस्ट्रियल मॅनेजमेंट, शाहु मराठा मंडळ पोलिटेक्नीक, इचलकरंजी, तिळवणी.

उद्यमिता विकास – तरुणाईची आकांक्षा

डॉ. संजय गांधी हे अनेक वर्षांपासून माझे अत्यंत जवळचे स्नेही आहेत. तरुणांच्या मध्ये नोकरीच्यामागे न धावता स्वत:च्या पायावर उभे राहून छोटे-मोठे उद्योग व्यवसाय सुरु करण्यासाठी व त्या अनुषंगाने आर्थिक सबलता येणेसाठी एस्पायर नॉलेज आणि स्किलस् प्रायवेट लिमिटेड मार्फत ए-स्टोर ही नवीन कल्पना त्यांनी मांडली व त्यातुन तरुणांच्या मध्ये उद्योजकता वाढीसाठी खूप मदत झाली व रोजगाराच्या संधीसाठी अपेक्षावादी वातावरण निर्मिती झाली. राइट टु रिपेअर आणि इ-कचरा व्यवस्थापन या दोन महत्वाच्या विषयावर येणाऱ्या काळात गावात रोजगारच्या संधी निर्माण होण्याच्या शक्यता वाढीस लागणार आहेत आणि म्हणून ज्यावेळी मा. पंतप्रधान नरेंद्र मोदीजी यांच्या कुशल नेतृत्वाखाली विकसित राष्ट्राची संकल्पना रुजत असताना व भारत जगातील तिसरी प्रबळ आर्थिक सत्तेचे केंद्रे बनण्याच्या मार्गक्रमणाबर असताना नेमके याच वेळी डॉ. संजय गांधी यांनी "आकांक्षा नव्या युगाची" हे पुस्तक लिहिले आहे. हा केवळ योगायोगच नव्हे तर त्यांच्या लेखणीतुन प्रकटलेला पूर्व नियोजित संकल्पच असावा, आणि म्हणून या पुस्तकाच्या मध्ये नमूद केलेल्या राइट टु रिपेअर व इ-कचरा व्यवस्थापन या विषयाकडे सर्वदूर रोजगाराच्या संधीचे मानक म्हणून बघावे लागेल, यात कोणताही संदेह नाही.

यशोवर्धन बारामतीकर
९९२३४४१०६२